അപ്പുവിന്റെ അത്ഭുതലോകം

appuvinte athbhuthalokam

•

dr. v v kunjhikrishnan

•

first edition
january 2013

•

second edition
april 2014

•

third edition
february 2017

•

typesetting & published
chintha publishers, thiruvananthapuram

•

printed
manipal technologies limited

•

cover
midas

•

illustration
sudheer p y

•

വിതരണം

ദേശാഭിമാനി ബുക്ക് ഹൗസ്

H O തിരുവനന്തപുരം-695 035
Ph: 0471-2303026, 6063020
www.chinthapublishers.com
chinthapublishers@gmail.com

ബ്രാഞ്ചുകൾ

ഹെഡ്ഡാഫീസ് ബ്രാഞ്ച് കുന്നുകുഴി • സ്റ്റാച്യു തിരുവനന്തപുരം • കെ എസ് ആർ ടി സി ബസ് സ്റ്റേഷൻ ആലപ്പുഴ • കെ എസ് ആർ ടി സി ബസ് സ്റ്റേഷൻ എറണാകുളം • മച്ചിങ്ങൽ ലെയ്ൻ തൃശൂർ • ഐ ജി റോഡ് കോഴിക്കോട് • മാവൂർ റോഡ് കോഴിക്കോട് • എൻ ജി ഒ യൂണിയൻ ബിൽഡിങ് കണ്ണൂർ • സെൻട്രൽ ബസ് ടെർമിനൽ കോംപ്ലക്സ് താവക്കര കണ്ണൂർ

CR - 1605/ 4118
ISBN - 978-93-83432-96-7

അപ്പുവിന്റെ അത്ഭുതലോകം

ബാലസാഹിത്യം

ഡോ. വി വി കുഞ്ഞികൃഷ്ണൻ

ചിന്ത പബ്ലിഷേഴ്സ്
തിരുവനന്തപുരം-695 035

ഡോ. വി വി കുഞ്ഞികൃഷ്ണൻ

1948 ൽ കണ്ണൂർ ജില്ലയിലെ ചെറുതാഴം ഗ്രാമത്തിൽ ജനിച്ചു. തലശ്ശേരി ഗവ. ബ്രണ്ണൻ കോളേജിൽനിന്ന് 1969 ൽ ചരിത്രത്തിൽ ഒന്നാം ക്ലാസോടെ എം എ ബിരുദം നേടി. അവിടെത്തന്നെ ചരിത്രവിഭാഗത്തിൽ ട്യൂട്ടർ ആയി ജോലിയിൽ പ്രവേശിച്ചു.

കെ എ കേരളീയന്റെ ജീവചരിത്രം ഇംഗ്ലീഷിലും മലയാളത്തിൽ *കേരളീയനും കർഷകപ്രസ്ഥാനവും* എന്ന പേരിലും പ്രസിദ്ധീകരിച്ചിട്ടുണ്ട് (ചിന്ത പബ്ലിഷേഴ്സ്). മലബാറിലെ കുടിയായ്മ നിയമങ്ങളെക്കുറിച്ച് ഇംഗ്ലീഷിലെഴുതിയ ഗ്രന്ഥം 1993 ൽ (ഡൽഹി) പ്രസിദ്ധീകരിച്ചു. *ത്യാഗധനനായ സുബ്രഹ്മണ്യ ഷേണായ്* (രേഖാചിത്രം), *പറങ്കികളുടെ കഥ* (ബാലസാഹിത്യം), *ടിപ്പു സുൽത്താൻ* (ബാലസാഹിത്യം) തുടങ്ങിയവയാണ് മറ്റ് കൃതികൾ.

വിജ്ഞാനകൈരളി, സാംസ്കാരിക കേരളം, ഇന്ത്യൻ ഹിസ്റ്ററി കോൺഗ്രസ്, ദക്ഷിണേന്ത്യൻ ചരിത്ര കോൺഗ്രസ് എന്നിവയുടെ പ്രൊസീഡിങ്സിൽ ചരിത്രസംബന്ധിയായ നിരവധി പ്രബന്ധങ്ങൾ പ്രസിദ്ധീകരിച്ചിട്ടുണ്ട്.

1997 ൽ കണ്ണൂർ യൂണിവേഴ്സിറ്റി മേഖലയിലെ ഏറ്റവും നല്ല കോളേജ് അധ്യാപകനുള്ള പ്രൊഫ. എ കെ രാഘവൻ നമ്പ്യാർ മെമ്മോറിയൽ അവാർഡ് ലഭിച്ചു. തലശ്ശേരി ബ്രണ്ണൻ, കണ്ണൂർ ഗവ. വനിത കോളേജ് എന്നിവിടങ്ങളിൽ ലക്ചററായും കാസർകോഡ് ഗവ. കോളേജ്, പട്ടാമ്പി ഗവ. സംസ്കൃത കോളേജ് എന്നിവിടങ്ങളിൽ പ്രിൻസിപ്പലായും സേവനമനുഷ്ഠിച്ചു. 2003 ൽ കോളേജ് വിദ്യാഭ്യാസ ഡെപ്യൂട്ടി ഡയറക്ടറായി വിരമിച്ചു. കണ്ണൂർ, കോഴിക്കോട് യൂണിവേഴ്സിറ്റികളിലെ അംഗീകൃത ഗവേഷണ ഗൈഡാണ്.

ഭാര്യ: ലീല

മക്കൾ: രശ്മി ജയരാജ്, രമ്യ പ്രശാന്ത്, ഐശ്വര്യ ബിനീഷ്

വിലാസം: 'ഐശ്വര്യ'
തായിനേരി റോഡ്
പയ്യന്നൂർ
കണ്ണൂർ

ഉള്ളടക്കം

1

അപ്പൂപ്പന്റെ തല

അപ്പു ഒരു അഞ്ചാംക്ലാസ് വിദ്യാർഥിയാണ്. ജനിച്ചത് അച്ഛന്റെ ജോലിസ്ഥലമായ മുംബൈയിൽ. അച്ഛന് ജോലി മാറ്റമായതിനാൽ ഇപ്പോൾ പഠിക്കുന്നത് ഹൈദരാബാദിൽ. ഉണ്ണി അപ്പുവിന്റെ ഇളയ സഹോദരൻ. ഈ ഏഴുവയസുകാരൻ അപ്പുവിന്റെ സ്കൂളിൽ രണ്ടാംക്ലാസിൽ പഠിക്കുന്നു.

നഗരത്തിലാണ് പഠിക്കുന്നതെങ്കിലും അപ്പുവിനും ഉണ്ണിക്കും ഇഷ്ടം നാട്ടിലെ താമസമാണ്. വെക്കേഷനുകളിൽ നാട്ടിലെത്തിയാൽ രണ്ടുപേരും അപ്പൂപ്പനെയും അമ്മൂമ്മയെയും വിട്ടുപിരിയില്ല. കുട്ടികൾക്ക് കഥകളും കാര്യങ്ങളും പറഞ്ഞുകൊടുക്കുന്നതിൽ അവർക്ക് പ്രത്യേക കഴിവുണ്ട്.

നാട്ടിലാണെങ്കിലോ, കുട്ടികൾക്ക് നിറയെ കൂട്ടുകാർ. വല്യമ്മയുടെ മക്കളായ കണ്ണൻ, മുന്നു, ചെറിയമ്മയുടെ മകൻ പൊന്നു എന്നിവർ വെക്കേഷൻ ആകാൻ കാത്തിരിക്കും. കൂട്ടുകാരും മോശക്കാരല്ല. ബാലസംഘത്തിൽ അംഗങ്ങളായ അവർ പഠിപ്പിലും കളികളിലും മുൻപന്തിയിൽ തന്നെ. ചിത്രകല, സംഗീതം, ക്വിസ് എന്നീ മത്സരങ്ങളിൽ പതിവായി പങ്കെടുക്കും.

നഗരത്തിൽ പഠിക്കുന്ന കുട്ടികളുടെ അറിവുകൾ നാട്ടിലെ കൂട്ടുകാരെ അതിശയിപ്പിക്കാറുണ്ട്. പ്രത്യേകിച്ചും കാര്യങ്ങൾ ഗ്രഹിച്ച് മറ്റുള്ളവർക്ക് പറഞ്ഞുകൊടുക്കുവാനുള്ള അപ്പുവിന്റെ

കഴിവിൽ. എല്ലാം ശ്രദ്ധിച്ച് മനസിലാക്കുന്നതാണ് അവന്റെ രീതി. പാലിനെന്താണ് വെളുപ്പ് നിറം, ഇലകൾക്ക് എന്താണ് പച്ചനിറം തുടങ്ങിയ സംശയങ്ങളാണ് അപ്പുവിനെ ശാസ്ത്രപഠനത്തിലേക്ക് ആകർഷിച്ചത്.

നാട്ടിൽ വണ്ടിയിറങ്ങുമ്പോൾ പ്ലാറ്റ്ഫോമിൽ കാത്തു നിൽക്കുന്ന അപ്പൂപ്പനെ കണ്ട് കുട്ടികൾക്ക് വലിയ സന്തോഷമായി. ഉണ്ണിക്ക് അപ്പൂപ്പന്റെ തലമുടി കഴിഞ്ഞകൊല്ലത്തെക്കാൾ വെളുത്തതായി തോന്നി. സംശയം അപ്പുവിനോട് സ്വകാര്യമായി പറഞ്ഞു.

അപ്പുവിന് തലമുടി നരയ്ക്കുന്നതിന്റെ കാരണം അറിയാം. 'മെലാനിൻ' എന്നൊരു രാസവസ്തുവാണ് മനുഷ്യരുടെ മുടിക്ക് കറുപ്പുനിറം നൽകുന്നത്. പ്രായമേറുമ്പോൾ ആ വസ്തു ശരീരത്തിൽ കുറഞ്ഞു കുറഞ്ഞു വരും. തലമുടി വെളുത്തുവെളുത്ത് വരും.

ഉണ്ണിക്ക് സംശയം തീർന്നില്ല. എങ്കിൽ എല്ലാവരുടെയും മുടി വെളുത്ത് കാണുന്നില്ലല്ലൊ. അപ്പുവിന് അതിനും മറുപടിയുണ്ട്.

ചിലർ കൃത്രിമച്ചായങ്ങൾ ഉപയോഗിച്ചാണ് മുടിയുടെ നിറം കറുപ്പാക്കി നിർത്തുന്നത്. എല്ലാവർക്കും ഈ ചായം ഉപയോഗിക്കാനും പറ്റില്ല. ചായത്തിൽ ഉപയോഗിക്കുന്ന രാസവസ്തു ചിലർക്ക് അലർജി ഉണ്ടാക്കും.

ചിലരുടെ മനോഭാവവും ഈ കറുപ്പിക്കലിന് അനുകൂലമായിരിക്കില്ല. പ്രായമാകുമ്പോൾ ഉണ്ടാകുന്ന ശാരീരിക മാറ്റങ്ങൾ സൗമനസ്യത്തോടെ സ്വീകരിക്കുക എന്ന നയമാണവർക്ക്. ജനം പലവിധം ഉലകിൽ എന്നല്ലെ പ്രമാണം.

2

ബോംബെ ഹൽവ / ബംഗാൾ സ്വീറ്റ്സ്

കൂട്ടുകാർക്ക് നൽകാൻ അപ്പു നാട്ടിലേക്ക് വരുമ്പോൾ ധാരാളം ബേക്കറി പലഹാരങ്ങൾ കരുതിയിരുന്നു. കൂട്ടുകാർ പലരും ഇവയിൽ പലതും കണ്ടിട്ടുപോലുമുണ്ടായിരുന്നില്ല. പലഹാരങ്ങൾ സ്വാദോടെ കഴിച്ചുകൊണ്ടിരുന്ന കൂട്ടുകാരോടായി അപ്പു പറഞ്ഞു, ഇതൊന്നും അധികം കഴിക്കുന്നത് നന്നല്ല.

കൂട്ടുകാർക്കത് പുതിയൊരറിവായിരുന്നു.

അപ്പൂപ്പനിൽനിന്നും മുൻപ് ബേക്കറികളുടെ ഉത്ഭവത്തെക്കുറിച്ച് കേട്ട കാര്യങ്ങൾ അപ്പു കൂട്ടുകാർക്ക് വിവരിച്ചുകൊടുത്തു.

കേരളത്തിൽ പണ്ടുകാലത്ത് 'അപ്പക്കൂട്' എന്നറിയപ്പെട്ടിരുന്ന ബേക്കറികളേ ഉണ്ടായിരുന്നില്ലത്രെ. വീടുകളിൽ ഉണ്ടാക്കുന്ന പലഹാരങ്ങൾ തന്നെയാണ് എല്ലാവരും കഴിച്ചിരുന്നത്. ഇംഗ്ലീഷുകാർ കച്ചവടത്തിനായി നമ്മുടെ നാട്ടിൽ വന്ന് താമസമാക്കിയതോടുകൂടി അവരാണ് നാട്ടുകാർക്ക് കേക്കും ബിസ്കറ്റും ഉണ്ടാക്കുന്ന വിദ്യ പറഞ്ഞുകൊടുത്ത് 'അപ്പക്കൂടുകൾ' ആരംഭിച്ചത്.

യൂറോപ്യന്മാർക്ക് ക്രിസ്തുമസിനും പുതുവർഷത്തിനും ഈസ്റ്ററിനുമെല്ലാം കേക്കും പലഹാരങ്ങളും വേണം. ഇന്ത്യയിലെ ആളുകളെ നല്ല കേക്കുണ്ടാക്കുന്ന വിദ്യ പഠിപ്പിച്ചതിന്റെ ഗുണം അവർക്കുതന്നെ കിട്ടി. ധാരാളം ബേക്കറികൾ സ്ഥാപിക്കപ്പെട്ടു.

മധുരപലഹാരങ്ങൾ പതിവായി കൂടുതൽ കഴിച്ചാൽ തകരാറുണ്ടെന്ന് പറഞ്ഞതും കൂട്ടുകാർക്ക് പുതിയൊരറിവായിരുന്നു. മധുരപലഹാരങ്ങളിൽ ചേർക്കുന്ന കൃത്രിമ മധുരങ്ങളും ചായങ്ങളും ആരോഗ്യത്തിന് നന്നല്ല. മാത്രമല്ല മധുരം അധികം കഴിക്കുന്നതുകൊണ്ട് പ്രമേഹം എന്ന രോഗമുണ്ടാകാനും സാധ്യതയുണ്ടത്രെ.

ഇന്നെല്ലാ വീടുകളിലും അതിഥികളെ പ്രതീക്ഷിച്ച് ബേക്കറി പലഹാരങ്ങൾ സ്റ്റോക്കുചെയ്യുന്നു. പക്ഷേ കുറെക്കാലം മുമ്പത്തെ സ്ഥിതിയോ?

അപ്പൂപ്പന്റെ ബാല്യകാലത്ത് വീടുകളിൽ വന്നുചേരുന്ന അതിഥികൾക്ക് ഒരു കഷ്ണം ശർക്കരയോ വെല്ലമോ നൽകി കൂടെ ഒരു ഗ്ലാസ് വെള്ളവും നൽകും. ചില വീടുകളിൽ അതിഥികൾക്കും കുട്ടികൾക്കും ഒരു കഷ്ണം തേങ്ങാപ്പിണ്ണാക്ക് നൽകുന്ന രീതിയുമുണ്ടായിരുന്നു.

ഇന്ന് അതിഥികൾ വന്നാൽ ഇരിക്കാൻ എന്തെല്ലാം സൗകര്യങ്ങൾ. കുഷനിട്ട കസേരകൾ, സോഫ സെറ്റുകൾ, പ്ലാസ്റ്റിക് കസേരകൾ തുടങ്ങിയവ ഒരുവിധം സൗകര്യമുള്ള വീടുകളിലെല്ലാം കാണാം. കൂടാതെ, പ്രത്യേക സ്വീകരണമുറിയും.

പക്ഷേ പണ്ട് നിലത്തിരിക്കാനുള്ള പായ, പലകകൾ എന്നിവയിലാണ് അതിഥികളെ സ്വീകരിച്ചിരുത്തിയിരുന്നത്.

അതുപോലെ അതിഥികൾക്ക് ലഭിച്ചിരുന്ന മറ്റൊരു സൗകര്യം വെറ്റിലച്ചെല്ലമായിരുന്നു. ആരോഗ്യത്തിന് ഹാനികരം എന്നു മനസിലായതോടെ വെറ്റിലമുറുക്ക് ഇന്ന് വലിയ തോതിൽ പ്രചാരത്തിലില്ല. എങ്കിലും മംഗളകർമങ്ങൾക്ക് വെറ്റിലയുടെയും അടയ്ക്കയുടെയും സാന്നിധ്യം ഇന്നുമുണ്ട്.

വിദ്യാരംഭം നടത്തുമ്പോൾ വെറ്റിലയും അടയ്ക്കയും കുറച്ചു രൂപയും ദക്ഷിണയായി ഗുരുവിന് നൽകിയ അനുഭവം കൂട്ടുകാരുടെ മനസിലെത്തി.

പാനീയത്തിന്റെ കാര്യത്തിലും എന്തെല്ലാം മാറ്റങ്ങൾ. പഴയ കാലത്തെ സംഭാരം ഇന്നൊരു പഴങ്കഥ. ഉപ്പും മുളകും ചേർത്ത സംഭാരം ദാഹിച്ച് വലയുമ്പോൾ അമൃതായിരുന്നു.

വഴിയാത്രക്കാർക്ക് പാനവെള്ളം (ശർക്കര ചേർത്ത വെള്ളം) സൗജന്യമായി നൽകുന്ന തണ്ണീർപ്പന്തലുകൾ നാട്ടുവഴികളിലെല്ലാം ഉണ്ടായിരുന്നു. പുണ്യപ്രവർത്തിയായിട്ടാണിതിനെ ജന

ങ്ങൾ കണ്ടിരുന്നത്. വീടുകളുടെ മുമ്പിൽ കല്ലുകൊണ്ട് കെട്ടിയ തളങ്ങളിൽ വെള്ളംനിറച്ച് കന്നുകാലികൾക്ക് കുടിക്കാൻ സൗകര്യമൊരുക്കുകയും ചെയ്തിരുന്നു. അത്തരം പുണ്യപ്രവൃത്തികൾ സൗജന്യമായി ചെയ്തിരുന്ന നല്ലവരായ നാട്ടുകാർ ചരിത്രത്തിന്റെ ഭാഗമായി.

വളരെ പണ്ട്, ചായക്കടകൾ ആരംഭിക്കുന്നതിനും മുമ്പ് വഴിയാത്രക്കാർക്ക് തണ്ണീർപ്പന്തലുകൾ മാത്രം ആശ്രയമായിരുന്ന കാലത്തെക്കുറിച്ചാണപ്പോൾ അപ്പുവും കൂട്ടുകാരും ചിന്തിച്ചത്.

3

ചായ, കാപ്പി എന്നീ പരിഷ്കാരങ്ങൾ

ദിവസവും രാവിലെ എഴുന്നേറ്റ ഉടനെ ചായകുടിക്കുന്ന അപ്പൂപ്പനോട് അപ്പു ഉന്നയിച്ച സംശയം, നമ്മുടെ നാട്ടിൽ ഈ പരിഷ്കാരം വന്നെത്തിയത് എപ്പോഴെന്നാണ്.

ഒന്നാം ലോകമഹായുദ്ധം നാട്ടിൽ വരുത്തിയ പരിഷ്കാരങ്ങളെക്കുറിച്ചാണ് അപ്പൂപ്പൻ കുട്ടികളോട് സംസാരിച്ചത്. യുദ്ധകാലത്ത് പട്ടാളത്തിൽച്ചേർന്ന് പിന്നീട് നാട്ടിലേക്ക് വന്നവർ നാട്ടിൽ പല പരിഷ്കാരങ്ങളും നടപ്പിൽ വരുത്തി. അതിൽ ഒന്നായിരുന്നു രാവിലത്തെ ചായകുടി. രാവിലെ പഴങ്കഞ്ഞിയായിരുന്നു സാധാരണ പതിവ്. അത്താഴം കഴിഞ്ഞ് ബാക്കിവരുന്ന ചോറിൽ വെള്ളമൊഴിച്ചാണ് പഴങ്കഞ്ഞിയുണ്ടാക്കുന്നത്. കാന്താരി കൂട്ടിയുള്ള പഴങ്കഞ്ഞി സ്വാദിഷ്ഠവും ആരോഗ്യകരവുമായിരുന്നു.

ബ്രിട്ടീഷ് ഭരണകാലത്തുതന്നെയാണ് ചായ, കാപ്പി, ഏലം തുടങ്ങിയ തോട്ടങ്ങൾ വ്യാവസായികാടിസ്ഥാനത്തിൽ സ്ഥാപിതമായത്. ആസാമിലെ തോട്ടങ്ങളിലേക്ക് പണിക്ക് കൊണ്ടുപോയിരുന്ന തൊഴിലാളികളെക്കുറിച്ച് കവിതപോലും രചിക്കപ്പെട്ടിരുന്നു.

പട്ടാളക്കാർ ശീലമാക്കിയ 'ബെഡ് കോഫി' അങ്ങനെ നാട്ടിലും ക്രമേണ വ്യാപകമായി. യുദ്ധത്തിൽ പങ്കെടുത്ത് നാട്ടിൽ തിരിച്ചെത്തിയ പട്ടാളക്കാർ തന്നെയാണ് കണ്ണാടി, ചെരിപ്പ് തുട

ങ്ങിയവയും പ്രചാരത്തിൽ വരുത്തിയത്. മുഖക്ഷൗരത്തിന് കണ്ണാടി ഉപയോഗിച്ചു തുടങ്ങി. സാധാരണക്കാർ നിത്യ ക്ഷൗരം ചെയ്തിരുന്നില്ല. നാടുവാഴികളും പ്രധാനികളും ക്ഷുരകന്മാരെയാണ് ആശ്രയിച്ചിരുന്നത്.

ബാറ്റ, കരോണ തുടങ്ങിയ കമ്പനികൾ പാദരക്ഷകൾ ഉണ്ടാക്കാൻ തുടങ്ങുന്നതിനു മുമ്പും പ്രാദേശികമായി തുകൽച്ചെരിപ്പുകൾ ഉണ്ടാക്കിയിരുന്നു. പക്ഷേ സമൂഹത്തിലെ പ്രധാനികൾ മാത്രമാണവ ഉപയോഗിച്ചിരുന്നത്.

കർഷകരും തൊഴിലാളികളും പാദരക്ഷകൾ ഉപയോഗിക്കുന്നത് ജന്മിമാരും നാട്ടുപ്രമാണിമാരും വിലക്കിയതായും പറഞ്ഞു കേട്ടിട്ടുണ്ട്. എങ്കിലും സാധാരണ തൊഴിലാളിസ്ത്രീകളും മറ്റും സ്വന്തമായി പാദരക്ഷകളുണ്ടാക്കിയിരുന്നു. തെങ്ങിന്റെ മടൽ ചെത്തി കാലിന് പാകമായി വെട്ടിയെടുത്ത് ചരട് കെട്ടി ഉപയോഗിക്കുകയായിരുന്നു പതിവ്.

കാലം ഇന്നെത്ര മുന്നോട്ടുപോയി. റബ്ബർ ഉൽപ്പാദനം വ്യാപകമായതോടുകൂടി റബ്ബർ ചെരിപ്പുകൾ പ്രചുരപ്രചാരം നേടി. ടിവിയിൽ അത്തരം ചെരിപ്പുകമ്പനികളുടെ പ്രചാരണം കുട്ടികൾ ഓർത്തുപോയി.

ഹൈദരാബാദ് നഗരത്തിലെ 'ഹോളിവുഡ്' എന്ന പേരിലുള്ള ഷൂമാർട്ടിൽ നൂറുകണക്കിനാളുകൾ നിത്യേന ക്യൂനിന്ന് പാദരക്ഷകൾ വാങ്ങുന്ന കാഴ്ച അപ്പു കാണാറുള്ളതാണ്.

ചില സമ്പന്നരും സിനിമാനടിമാരും ഇരുനൂറും മുന്നൂറും ജോടി പാദരക്ഷകൾ സ്വന്തമായുള്ളവരാണെന്ന പത്രവാർത്തയും ഇതിനിടെ കണ്ടിരുന്നു. വിദേശ കമ്പനികളുടെ ചെരിപ്പുകളും ഷൂസുകളും ഇപ്പോൾ ഇന്ത്യയിലെവിടെയും ലഭ്യമാണ്.

അതേസമയം ഒരു പാദരക്ഷപോലും വാങ്ങാൻ കഴിയാത്ത, നഗ്നപാദരായി നടക്കുന്ന പതിനായിരങ്ങളും നമ്മുടെ നാട്ടിൽ തന്നെയുണ്ട്.

4

നാട്ടിലൊരു മാമ്പഴക്കാലം

വെക്കേഷൻകാലം മാമ്പഴങ്ങളുടെ കാലവുമാണ്. കുട്ടികൾ അപ്പൂപ്പനിൽനിന്നും മാമ്പഴക്കാലത്തെക്കുറിച്ച് കേട്ട കാര്യങ്ങൾ അവർക്ക് അവിശ്വസനീയമായി തോന്നി. പഴയകാലത്ത് കുട്ടികൾ എല്ലാവരും മാവിൻ തണലിൽ ഒന്നിച്ചുകൂടി കളിച്ചുല്ലസിച്ച് നടന്നിരുന്ന ആ കാലം ഇന്ന് പാടെ മാറിപ്പോയി.

ഇന്ന് വെക്കേഷൻ ആരംഭിക്കുമ്പോഴേക്കും അവരെ രക്ഷിതാക്കൾ പലതരത്തിലുമുള്ള വെക്കേഷൻ ക്ലാസുകളിൽ ചേർക്കുന്നു. കളിച്ചുനടന്ന് സമയം കളയരുത് എന്നാണ് ന്യായം.

അപ്പു ഓർത്തത് ഈ വെക്കേഷനിൽ നാട്ടിൽ വന്നില്ലായിരുന്നുവെങ്കിൽ മ്യൂസിക്കും സംഗീത ഉപകരണങ്ങളും പഠിപ്പിക്കുന്ന ക്ലാസിൽ ചേർക്കണമെന്ന് അമ്മ പറഞ്ഞ കാര്യമാണ്. അപ്പൂപ്പൻ ഇടപെട്ടതുകൊണ്ടാണ് നാട്ടിൽ വരാൻ കഴിഞ്ഞത്.

അധ്യാപകനായിരുന്ന അപ്പൂപ്പൻ മാമ്പഴത്തെക്കുറിച്ച് പറയുമ്പോഴെല്ലാം മലയാളത്തിന്റെ പ്രിയങ്കരനായ വൈലോപ്പിള്ളിയെക്കുറിച്ചും പറയാറുണ്ട്. അങ്ങനെയാണ് കുട്ടികൾ ഹതഭാഗ്യയായ ആ അമ്മയെയും കുട്ടിയുടെ വികൃതിയെക്കുറിച്ചും അറിഞ്ഞത്.

അങ്കണ തൈമാവിൽ നിന്നാദ്യത്തെ പഴംവീഴ്കെ
അമ്മതൻ നേത്രത്തിൽനിന്നുതിർന്നു ചുടുകണ്ണീർ....

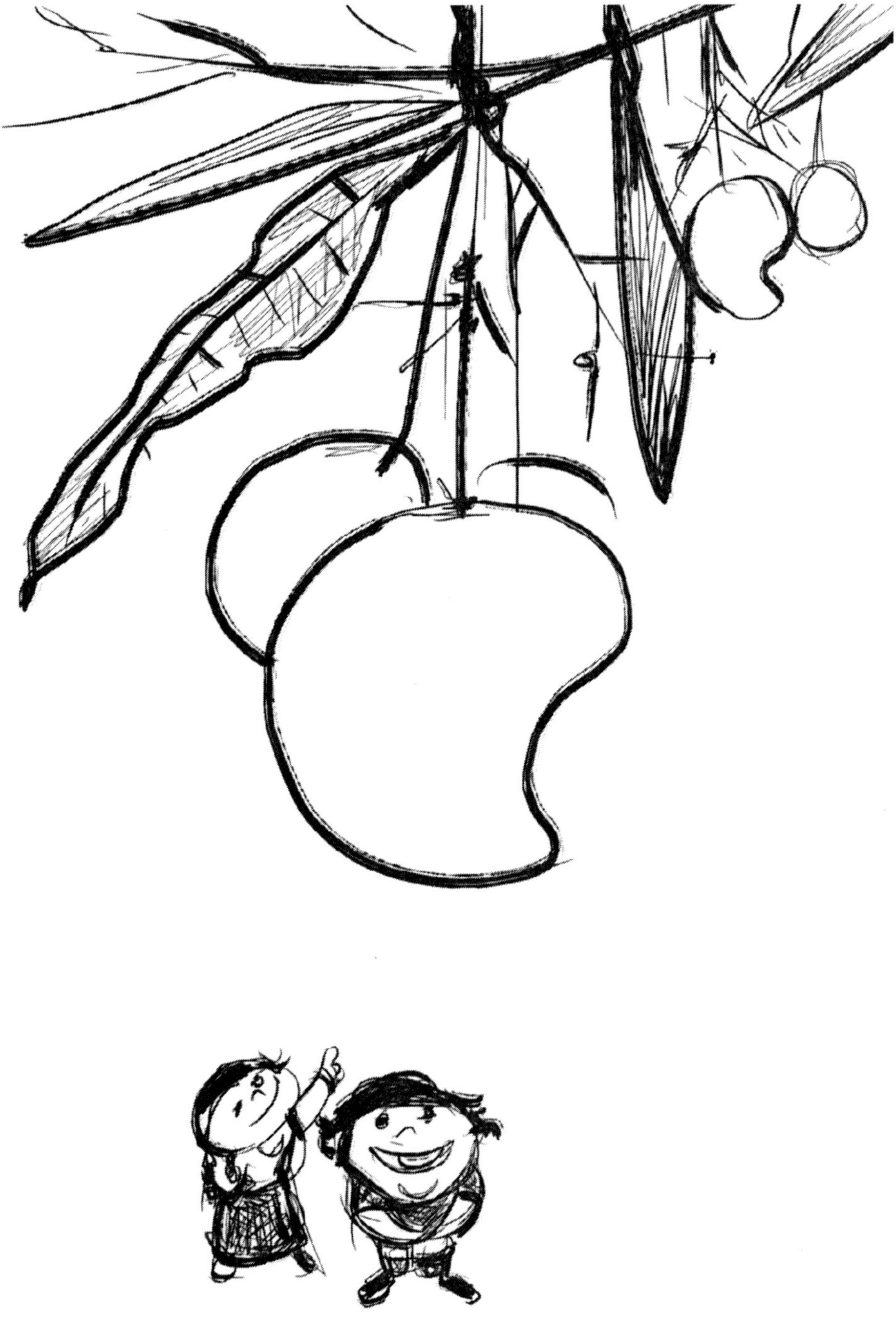

ഉണ്ണി ആ കവിത സ്വരമധുരമായി പാടിയത് കൂട്ടുകാർക്ക് നവ്യമായൊരനുഭവമായി. ഹിന്ദിയും ഇംഗ്ലീഷുമാണ് സ്കൂളിൽ പഠിക്കുന്ന ഭാഷകളെങ്കിലും അപ്പുവിനെയും ഉണ്ണിയെയും അപ്പൂപ്പൻ വെക്കേഷനുകളിൽ മലയാളം പഠിപ്പിച്ചിരുന്നു. കഥാപുസ്തകങ്ങളും കവിതകളും അവർക്ക് പരിചയപ്പെടുത്തിയതും നല്ല കാര്യമായി.

വൈലോപ്പിള്ളിയുടെ കവിത അവരെ കണ്ണീരണിയിച്ചുവെങ്കിലും തൊടിയിൽ ഇടയ്ക്കിടെ വീണുകിട്ടുന്ന മാമ്പഴങ്ങൾ അവരെ ഉഷാറാക്കി.

മാമ്പഴത്തിന്റെ മാധുര്യത്തിനുപരി അവ മനുഷ്യശരീരത്തിന് നൽകുന്ന വിറ്റാമിൻ 'സി'യെക്കുറിച്ച് അപ്പുവിനറിയുന്ന കാര്യങ്ങൾ കൂട്ടുകാർക്ക് പകർന്നുകൊടുക്കാനും അവന് മടിയുണ്ടായില്ല.

വിറ്റാമിൻ 'സി' രോഗപ്രതിരോധശക്തിയും നല്ല കാഴ്ചശക്തിയും നൽകുന്നു. നാട്ടിൻപുറങ്ങളിൽ സുലഭമായി ലഭിക്കുന്ന മാമ്പഴം ആധുനിക ഡോക്ടർമാർ നിർദേശിക്കുന്ന നാരുള്ള ഭക്ഷണത്തിൽപ്പെടുന്നു. നാട്ടിലെ അപ്പൂപ്പന്മാർക്കും അമ്മൂമ്മമാർക്കും പുറംലോകം കാണാൻ കണ്ണടവേണ്ട.

നഗരങ്ങളിൽ കമ്പ്യൂട്ടറിനും ടെലിവിഷനും മുന്നിൽ കുനിഞ്ഞിരിക്കുന്ന കുട്ടികൾക്ക് കണ്ണട ഉപയോഗിക്കേണ്ടിവരുന്നു.

തൊടിയിലെ വരിക്കപ്ലാവിന്മേലുള്ള പഴുത്ത ചക്കയുടെ മണം കുട്ടികളുടെ വായിൽ വെള്ളം നിറച്ചു. അപ്പുവിന്റെ മനസിൽ അപ്പോൾ നിറഞ്ഞുനിന്നത് ചക്കയും മാങ്ങയും സുലഭമായിരുന്ന പഴയകാലത്ത് നാട്ടിൽ പട്ടിണി മരണങ്ങളില്ലായിരുന്നുവെന്ന അപ്പൂപ്പന്റെ വാക്കുകളാണ്.

ഇല്ലാത്തവർക്ക് മാങ്ങ ദാനം ചെയ്യുക എന്നത് പുണ്യപ്രവർത്തിയായിട്ടാണ് കരുതിയിരുന്നത്.

മാമ്പഴങ്ങളെക്കുറിച്ച് എത്രയെത്ര കഥകൾ.

മഹർഷി ശാപം മൂലം സർപ്പദംശനമേൽക്കാതിരിക്കാൻ എല്ലാവിധ മുന്നൊരുക്കങ്ങളുമെടുത്ത പരീക്ഷിത്ത് രാജാവിന്റെ അന്തകനായി തക്ഷകൻ മാമ്പഴത്തിൽ ഒരു ചെറുപുഴുവായി കൊട്ടാരത്തിൽ പ്രവേശിച്ച കഥ കുട്ടികൾ കേട്ടിരുന്നു.

ഐശ്വര്യച്ചേച്ചി ഇടയ്ക്കിടെ പാടുന്ന സിനിമാപ്പാട്ടിലെ "മാമ്പഴക്കൂട്ടത്തിൽ മൽഗോവയാണ് നീ"

എന്നു തുടങ്ങുന്ന സിനിമാഗാനം അപ്പുവൊന്ന് മൂളി. "മാങ്ങയോ മൂത്തത്, അണ്ടിയോ മൂത്തത്" എന്ന താർക്കിക വചനം എല്ലാവരും കേട്ടുകാണും. "അണ്ടിപോയ അണ്ണാനെ പ്പോലെ" എന്നത് ഒരു പഴമൊഴി. ഓർക്കുമ്പോൾ തന്നെ തേന്മധുരം ചുരത്തുന്ന അൽഫോൻസ, തേങ്ങയോളം വലിപ്പം വെക്കുന്ന ആന്ധ്രക്കാരുടെ ബങ്കടപ്പള്ളി മാങ്ങ, നാട്ടിലെ കുറ്റ്യാട്ടൂർ മാങ്ങ, കുഞ്ഞിമംഗലം മാങ്ങ, കണ്ണപുരം മാങ്ങ എന്നിവയൊക്കെ നല്ല മാങ്ങകളാണെന്ന അറിവ് കുട്ടികളെ തൃപ്തരാക്കി.

5

മരം ഒരു വരം

നാട്ടിൽ സ്കൂളിൽ പഠിക്കുന്ന കണ്ണനും പൊന്നുവും രാവിലെ എഴുന്നേറ്റ ഉടൻ ഒരു ചെടിക്ക് വെള്ളമൊഴിക്കുന്ന ദൃശ്യം കണ്ട് അപ്പുവിനും ഉണ്ണിക്കും ഒന്നും മനസിലായില്ല. അപ്പൂപ്പനാണ് സ്കൂൾക്കുട്ടികൾ ഓരോ മരം നട്ടുവളർത്തുന്ന കാര്യം പറഞ്ഞത്. മാത്രവുമല്ല മരം വെച്ചുപിടിപ്പിക്കേണ്ട ആവശ്യകതയും വിശദീകരിച്ചു.

പ്രാചീനകാലം മുതൽ തന്നെ ഭാരതീയർ വൃക്ഷാരാധനാശീലമുള്ളവരായിരുന്നു. പാതയോരങ്ങളിൽ തണൽ വൃക്ഷങ്ങൾ വെച്ചുപിടിപ്പിച്ചിരുന്നു ഭരണാധികാരികൾ. ഒരു വൃക്ഷം നട്ടുപിടിപ്പിച്ചാൽ ഒരു പുത്രന് സമം എന്നു വിശ്വസിച്ചിരുന്ന നമ്മുടെ പൂർവികർ എത്ര ദീർഘദൃഷ്ടിയുള്ളവരായിരുന്നു എന്നാണ് അപ്പൂപ്പൻ അത്ഭുതംകൊണ്ടത്.

ഇപ്പോഴും നമ്മുടെ നാട്ടിൽ വൃക്ഷസ്നേഹികളുടെ വംശം അറ്റുപോയിട്ടില്ല. അനാവശ്യമായി മരംമുറിച്ചു നീക്കുന്നതിനെ എതിർക്കുന്നതിന് ഒരു പ്രസ്ഥാനം തന്നെ ആരംഭിച്ച സുന്ദർലാൽ ബഹുഗുണയെക്കുറിച്ച് അപ്പു കേട്ടിട്ടുണ്ട്. ബഹുഗുണയുടെ 'ചിപ്കൊ' പ്രസ്ഥാനത്തെക്കുറിച്ചറിഞ്ഞ കൂട്ടുകാർ ഏകസ്വരത്തിൽ പ്രഖ്യാപിച്ചു: "നമുക്കും വൃക്ഷത്തെ സ്നേഹിക്കാം – മരം ഒരു വരം തന്നെ."

മരം നമുക്ക് തണൽ നൽകുന്നു. കൂട്ടുകാർ ഭയപ്പെടുന്ന ഇടിമിന്നൽ വഴി മണ്ണിൽ നൈട്രജൻ ഉൽപ്പാദിപ്പിക്കപ്പെടുന്നത് വൃക്ഷങ്ങൾ വഴിയാണ്. വേരുകൾവഴി മണ്ണിന്റെ രാസഘടനയ്ക്ക് ആവശ്യമായ നൈട്രജൻ മണ്ണിലേക്ക് പ്രവഹിപ്പിക്കുന്ന കടമയും വൃക്ഷങ്ങൾ തന്നെയാണ് നിർവഹിക്കുന്നത്.

ഗൃഹാവശ്യങ്ങൾക്ക് ഇന്ധനമായി ഉപയോഗിച്ചിരുന്ന വിറക് വ്യാവസായികാവശ്യങ്ങൾക്ക് ഉപയോഗിക്കുവാൻ തുടങ്ങിയതോടെ കാടുകളുടെ കഷ്ടകാലമാരംഭിച്ചു. അണക്കെട്ടുകളും വൈദ്യുതി ഉൽപ്പാദനകേന്ദ്രങ്ങളും ആവശ്യമായി വന്നതോടെ വനനശീകരണവും ആരംഭിച്ചുവെന്നു പറയാം.

ഒരു മരം നശിപ്പിക്കുമ്പോൾ പകരം രണ്ടെണ്ണം വെച്ചുപിടിപ്പിക്കുകയാണ് ഇതിനൊരു പോംവഴിയെന്ന് അപ്പുവിന് തോന്നി. പ്രകൃതിയുടെ അത്ഭുതസ്രോതസുകൾ അവർണനീയമാണ്. ഭക്ഷിച്ച് വലിച്ചെറിയുന്ന പൈനാപ്പിൾതിരിയിൽനിന്നും വീണ്ടും ചെടിയുണ്ടായി ഫലം നൽകുന്ന വരദായിനിയായ പ്രകൃതിയെക്കുറിച്ചായിരുന്നു അന്ന് കൂട്ടുകാരുടെ ചിന്ത.

6

മമ്മദ്ക്കയുടെ കാളവണ്ടി

ഒരു നഗരമായി വളർന്നുകൊണ്ടിരിക്കുന്ന അപ്പുവിന്റെ ഗ്രാമത്തിൽ പഴമയുടെ പ്രതീകമായി നിലകൊള്ളുന്ന ഒരു ചരിത്രാവശിഷ്ടമാണ് പഴകി ദ്രവിച്ച രണ്ടു കാളവണ്ടിച്ചക്രങ്ങൾ.

പ്രാചീനർ ചക്രങ്ങളുടെ ഉപയോഗം കണ്ടുപിടിച്ചതോടെ ലോകത്തിൽ വന്ന മാറ്റങ്ങളെക്കുറിച്ച് കുട്ടികൾ ചരിത്രപുസ്തകത്തിൽനിന്നും മനസിലാക്കിയിട്ടുണ്ട്. ഗ്രാമത്തിൽ ആദ്യമായി ഒരു കാളവണ്ടി ഇറക്കിയ മമ്മദ്ക്ക മരിച്ചിട്ട് വർഷങ്ങളേറെയായി. എങ്കിലും വണ്ടിച്ചക്രങ്ങൾ കാണുന്നവർക്ക്, ഉശിരൻ മൂരികളെ തെളിച്ച് വണ്ടിയോടിച്ചിരുന്ന മീശക്കാരൻ മമ്മദ്ക്കയെയാണ് ഓർമയിൽ വരിക.

എത്രയെത്ര ആളുകൾ എന്തെല്ലാം കാര്യങ്ങൾക്കാണ് ആ വണ്ടി ഉപയോഗിച്ചിട്ടുണ്ടാവുക. സാധനങ്ങൾ കടത്തുന്നതിനും അകലെയുള്ള തീവണ്ടി ആപ്പീസിൽ പോകുന്നതിനും കാളവണ്ടിയെ ആശ്രയിക്കുക മാത്രമേ വഴിയുണ്ടായിരുന്നുള്ളൂ. ഇന്ന് അതെല്ലാം ഓർത്തുനോക്കുമ്പോൾ എന്തുരസമാണ്. അപ്പൂപ്പനിൽനിന്നും കാളവണ്ടിയുഗത്തെക്കുറിച്ചറിയുമ്പോൾ കമ്പ്യൂട്ടർയുഗത്തിലെ കുട്ടികൾക്ക് വിസ്മയം അടക്കാൻ കഴിയുന്നില്ല.

ഇന്ന് നൂറുകണക്കിന് ബസുകൾ കടന്നുപോകുന്ന പാത ഒരുകാലത്ത് ചരൽക്കല്ലുകൾ നിറഞ്ഞ ചെമ്മൺപാതയായിരു

ന്നുവത്രെ. വാഹനം എന്നൊരു സാധനം ആദ്യകാലത്ത് ആ ഗ്രാമത്തിലുണ്ടായിരുന്നില്ല.

രാജാക്കന്മാർക്കും നാടുവാഴികൾക്കും സഞ്ചരിക്കാൻ ആളുകൾ ചുമക്കുന്ന പല്ലക്ക്, സാമന്തന്മാർക്കും ഇടപ്രഭുക്കൾക്കും സഞ്ചരിക്കാൻ മഞ്ചൽ. പാവങ്ങളും സാധാരണക്കാരും രോഗം ബാധിച്ച് അവശനിലയിലായാൽ ആളുകൾ ചുമന്നുകൊണ്ടുപോവുകയേ നിവൃത്തിയുള്ളൂ.

എല്ലാവർക്കും മഞ്ചൽ സ്വന്തമാക്കാനും അനുവാദമില്ല. അതിന് നാടുവാഴിയുടെ അനുവാദം വാങ്ങണം. അക്കാലത്ത് ഓരോ കുടുംബത്തിലും ആശ്രിതരായി ചിലരുണ്ടാകും. അവരാണ് മഞ്ചൽ ചുമന്നുകൊണ്ടുപോവുക.

കാലം കുറെ കഴിഞ്ഞതിനുശേഷമാണ് ഒരു കുതിരവണ്ടി ആദ്യമായി ഗ്രാമത്തിലെത്തിയത്. മദിരാശിയിൽ പോയി പഠിച്ചുവന്ന രാമസ്വാമി വക്കീൽ കോടതിയിലേക്ക് പോയിരുന്നത് വെള്ളക്കുതിര വലിക്കുന്ന ജഡ്ക്കവണ്ടിയിൽ. കുതിരയെ കൊണ്ടുവന്നത് മൈസൂരിൽനിന്നും.

വാലിൽ നിറയെ കുഞ്ചിരോമങ്ങളുള്ള കുതിര ഗ്രാമത്തിൽ ഒരത്ഭുത തരംഗംതന്നെ സൃഷ്ടിച്ചിട്ടുണ്ടാകണം.

പിന്നീട് ഒന്നാം ലോകമഹായുദ്ധം കഴിഞ്ഞതിനുശേഷം ഇന്നത്തെ ഹൈടെക് ബസുകളുടെ പൂർവികരായ കരിബസ് റോഡിലിറങ്ങി. കരിയുപയോഗിച്ച് ഓടിച്ചിരുന്നതിനാലാണ് കരിബസ് എന്നു പേരുവന്നത്. യാത്രകഴിഞ്ഞിറങ്ങുമ്പോഴേയ്ക്കും യാത്രക്കാരുടെ വസ്ത്രങ്ങളിലെല്ലാം കരി കുറെശ്ശെ പിടിച്ചിട്ടുണ്ടാകും. എന്നാലും യാത്രക്കാർ അതൊരു അസൗകര്യമായി കണക്കാക്കിയിരുന്നില്ല.

യുദ്ധാനന്തരം മടങ്ങിവന്ന ചില പട്ടാളക്കാർ സ്വന്തമായി ഒരു വാഹനവും നാട്ടിലെത്തിച്ചിരുന്നു. ബൈസിക്കിൾ എന്നുവിളിക്കുന്ന നമ്മുടെ സൈക്കിളായിരുന്നു ആ വാഹനം. സൈക്കിൾ യാത്രക്കാർക്ക് അന്നുണ്ടായിരുന്ന ഗമ പിന്നീടൊരിക്കലുമുണ്ടായിട്ടില്ല.

സാധാരണക്കാരന്റെ വാഹനം എന്ന നിലയിൽ ഇന്നും സൈക്കിളിന്റെ പ്രസക്തി നഷ്ടപ്പെട്ടിട്ടില്ല. ചൈനയിൽ മന്ത്രിമാർപോലും സൈക്കിളിൽ യാത്ര ചെയ്യുന്നതായുള്ള പത്രവാർത്ത അപ്പുവും വായിച്ചിരുന്നു. അതുപോലെ തന്നെ ചില

വിദേശരാജ്യങ്ങളിൽ സൈക്കിൾ ഉപയോഗിക്കുന്നവർക്കു മാത്രമായി റോഡുകളിൽ പ്രത്യേക ട്രാക്കുകളുണ്ട്.

വാഹനപ്പെരുപ്പംകൊണ്ട് ഇന്ന് കേരളത്തിലെ പല റോഡുകളിലും സൈക്കിൾ യാത്രക്കാരന് സുരക്ഷിതത്വം കുറവാണ്. എങ്കിലും അന്തരീക്ഷമലിനീകരണം ഇല്ലാത്തതും വിലയേറിയ ഇന്ധനങ്ങളിൽനിന്നുള്ള മോചനം നൽകുന്നതുമായ സൈക്കിൾ ഭാവിയിലേക്ക് ഒരു വാഗ്ദാനം തന്നെയാണ്.

കാളവണ്ടി യുഗത്തിലാണ് വണ്ടിക്കാളകൾ എന്ന പ്രയോഗം നമ്മുടെ ഭാഷയിലുണ്ടായത്. ഭാരംവലിക്കാൻ വിധിക്കപ്പെട്ടവർ എന്ന നിലയിലായിരിക്കണം ഈ പ്രയോഗം നിലനിന്നത്.

അപ്പുവിന് പെട്ടെന്ന് ഓർമവന്നത് ബാംഗ്ലൂരിൽ ഇളയമ്മയുടെ കൂടെ താമസിക്കുമ്പോൾ അവിടെ കണ്ട കാളവണ്ടികളാണ്. ചില നഗരങ്ങളിൽ ഇപ്പോഴും കാളവണ്ടികൾ കാണാം എന്നതും ഒരു പ്രത്യേകതയാണ്.

7

അപ്പൂപ്പന്റെ നാടൻകളികൾ

ക്രിക്കറ്റ് കളിക്കാൻ കൂട്ടുകാരുമൊത്ത് വയലിൽ ഇറങ്ങിയ അപ്പുവിനെ മാവിൻചുവട്ടിലിരിക്കുകയായിരുന്ന അപ്പൂപ്പൻ മാടി വിളിച്ചു.

ഇന്നത്തെ കുട്ടികളുടെ ക്രിക്കറ്റ് ഭ്രമത്തെക്കുറിച്ച് ചിന്തിക്കുകയായിരുന്നു അപ്പൂപ്പൻ. ശ്രീശാന്തിനെയും അനിൽ കുംബ്ലെയെയും സച്ചിൻ ടെൻഡുൽക്കറെയും കുട്ടികൾക്ക് നല്ല പരിചയം. അവരുടെ ബയോഡാറ്റപോലും മനഃപാഠം.

ക്രിക്കറ്റ് കളി കണ്ടുപിടിച്ചത് ഇന്ത്യാക്കാരാണെന്നും അത് പിന്നീട് ഇംഗ്ലീഷുകാർ കോപ്പിയടിച്ചതാണെന്നും വാദിക്കുന്നവരുണ്ട്. അതെന്തെങ്കിലുമാകട്ടെ. അപ്പൂപ്പന്റെ ചെറുപ്പകാലത്തെ കളികൾ എന്തൊക്കെയാണെന്നറിയാൻ കുട്ടികൾക്ക് ധൃതിയായി.

സന്തോഷവാനായ അപ്പൂപ്പൻ സംസാരിച്ചു തുടങ്ങി.

കോട്ടയിൽകുത്ത് പഴയകാലത്ത് കുട്ടികളുടെ ഇഷ്ടവിനോദമായിരുന്നു. മണ്ണിൽ ഒരു വലിയ വൃത്തംവരച്ച് ഒരു കോട്ടയായി സങ്കൽപ്പിക്കും. അതിനുള്ളിൽ കുറെ കുട്ടികൾ നിൽക്കും. അതിൽനിന്ന് ഒരാളെ ഇടിച്ച് പുറത്താക്കുന്നു. അവൻ കാക്കയായി വൃത്തത്തിന് ചുറ്റും ഓടും.

“അങ്കിളി ഇങ്കിളി കോലാറെ, നിങ്ങളാരെല്ലാം” എന്ന് കാക്ക

വിളിച്ചു പറയുമ്പോൾ, "ഞങ്ങൾ എല്ലാരും" എന്ന് കൂട്ടുകാർ ഉത്തരംപറയും.

"തൊണ്ടെടുക്കും മണലെടുക്കും തൊട്ടോനിപ്പുറം കൊണ്ടെ പോരും" എന്ന് വിളിച്ചുപറഞ്ഞുകൊണ്ട് കാക്ക ഓരോരാളെയായി പിടികൂടും. കോട്ടയ്ക്കുള്ളിലുള്ളവരുടെ ഇടി നേരിട്ടുകൊണ്ടാണിതെല്ലാം ചെയ്യേണ്ടത്. എല്ലാവരെയും പുറത്തെത്തിച്ചാൽ കാക്ക ജയിക്കും.

മെയ്ക്കരുത്തും ധൈര്യവും സംഘബോധവും വളർത്തിയ ഈ കളി ഇന്നെവിടെയെങ്കിലുമുണ്ടോ?

ചടുകുടുവാണ് മറ്റൊരു കളി.

ഇന്നത്തെ കബഡിയുടെ പൂർവികർ.

ഒരു വരയ്ക്കിരുപുറവുമുള്ള കുട്ടികൾ തമ്മിലാണ് മത്സരം.

"ആരാന്റെ കത്തി എന്നെ വന്ന് കൊത്തി
കത്തി രണ്ട് കഷ്ണം."

എന്ന് ശ്വാസംവിടാതെ ചൊല്ലിക്കൊണ്ട് എതിർഗ്രൂപ്പിലെ ഒരാളെ തൊട്ട് തിരിച്ചുവരണം.

നല്ല ഏകാഗ്രതയും ശക്തിയുമുള്ളവർ മാത്രം വിജയിക്കുന്ന കളി.

മറ്റൊരു പ്രധാന കളിയായിരുന്നു തലപ്പന്ത് കളി. ക്രിക്കറ്റുമായി ഇതിനു ചില സാമ്യതകളുണ്ട്. രണ്ട് സംഘമായോ രണ്ടുപേർ മാത്രമായോ കളിക്കാം. ചെറുകല്ല് നടുവിൽ വെച്ച് ഓല കൊണ്ട് മെടയുന്ന ഓലപ്പന്തും കക്കും ഉപയോഗിച്ചാണ് കളി. ഒരു കുറ്റിയോ ഓടിന്റെ കഷ്ണത്തെയോ ആണ് കക്ക് എന്നുപറയുന്നത്. എതിരാളികൾക്ക് പുറംതിരിഞ്ഞ് പന്ത് തലയ്ക്കുമേൽ എറിഞ്ഞ് പുറകോട്ട് ആഞ്ഞടിക്കലാണ് ഒന്നാംകളി.

തലമ ഒന്ന്..... രണ്ട്.... മൂന്ന് എന്നിങ്ങനെ വിളിച്ചാണ് കളി. എതിരാളി പന്ത് ഏറ്റുപിടിച്ചാൽ കളിക്കാരൻ പുറത്താകും. ഏറ്റുപിടിക്കാൻ കഴിഞ്ഞില്ലെങ്കിൽ വീണിടത്തുനിന്ന് ലക്ഷ്യത്തിലേക്ക് എറിഞ്ഞ് കൊള്ളിച്ചാലും മതി.

പെൺകുട്ടികളും സംഘംചേർന്ന് കളികളിൽ ഏർപ്പെട്ടിരുന്നു. മണ്ണിൽ വലിയ കള്ളികൾ വരച്ച് അതിനുള്ളിൽ കുട്ടികൾ തയാറായി നിൽക്കുന്നു. കാക്കയാവുന്ന ആൾ ഒരു കാൽ മടക്കി തുള്ളിത്തുള്ളിവന്ന് കൂട്ടത്തിലുള്ളവരെ തൊടാൻ ശ്രമിക്കുന്നു. തൊടപ്പെട്ട കുട്ടി പുറത്താകും. കാക്കയുടെ രണ്ടുകാലും നില

ത്തു മുട്ടിയാൽ പുറത്തുപോയി വീണ്ടും വരണം. കൊച്ചമ്മാടിക്കളി എന്നാണിതറിയപ്പെട്ടിരുന്നത്.

കളംവരച്ച് കക്ക് എറിഞ്ഞ് കളിക്കുന്ന കക്കുകളിയും പെൺകുട്ടികളുടെ ഇഷ്ടവിനോദമായിരുന്നു. വലിയ കളത്തിലേക്ക് ഓട്ടിൻകഷണമെറിഞ്ഞ് പുറത്തുനിന്നും ഒറ്റക്കാലിൽ വരകൾ ചവിട്ടാതെ മൂന്ന് കാൽവയ്പിൽ കക്കിൽ ചെന്നു ചവിട്ടി അതിനെ ഒറ്റക്കാൽകൊണ്ട് തട്ടിത്തട്ടി പുറത്തിട്ട് അതിന്മേൽ തുള്ളിനിൽക്കാൻ കഴിഞ്ഞാൽ വിജയിച്ചു. വരയുടെമേൽ കക്ക് വീണാലും, രണ്ടു കാല് കുത്തിയാലും കളിക്കാരി തോറ്റു.

കൗതുകമുണർത്തുന്ന മറ്റ് നിരവധി കളികളും പഴയ തലമുറക്കാരുടെ ഓർമയിൽക്കാണും. കൊത്തങ്കല്ല് കളി, ഷോഡികളി, ചട്ടിക്കളി, അച്ചുതൊട്ടുകളി, പച്ചപിടിക്കൽ, കാടിക്കളി തുടങ്ങിയവയും നമ്മുടെ കുട്ടികളുടെ പ്രധാന വിനോദോപാധിയായിരുന്നു.

മേൽപ്പറഞ്ഞ കളികൾ കേരളീയ ഗ്രാമങ്ങളിൽ പ്രസിദ്ധമായപ്പോൾ നമ്മുടെ ഭാരതത്തിലാകമാനം പ്രചാരത്തിലുണ്ടായിരുന്ന മറ്റ് ചില നാടൻകളികളുണ്ടായിരുന്നു. ഭാരതത്തിന്റെ തനിമയാർന്ന ചില കളികളെക്കുറിച്ച് സ്വന്തം അനുഭവങ്ങളിലൂടെ ലോകപ്രശസ്ത സാഹിത്യകാരൻ മുൽക്ക് രാജ് ആനന്ദ് എഴുതിയ കുറിപ്പുകൾ കുട്ടികൾക്കായി നാഷണൽ ബുക്ക് ട്രസ്റ്റ് പ്രസിദ്ധീകരിച്ചിട്ടുണ്ട്. *ഭാരതത്തിലെ ചില നാടൻകളികൾ* എന്ന പുസ്തകം നിങ്ങളെല്ലാം വായിക്കണമെന്ന് അപ്പൂപ്പൻ പറഞ്ഞു.

ഗോലികളി, വട്ടുകളി, പമ്പരംകറക്കൽ, പട്ടംപറത്തൽ, കണ്ണുകെട്ടിക്കളി, കബഡി, മരംതൊട്ടുകളി എന്നിവയാണ് മേൽപ്പറഞ്ഞ പുസ്തകത്തിൽ വിവരിച്ചിട്ടുള്ള കൗതുകമുണർത്തുന്ന കളികൾ.

പാഠപുസ്തകങ്ങൾ മാത്രം പഠിച്ചാൽപ്പോരാ. കളിക്കളത്തിലിറങ്ങി കളിച്ചും പഠിക്കണം. മാനസിക കരുത്തിന്റെ കളരികളാണ് കളികൾ. വിജയവും പരാജയവും ഒരുപോലെ സ്വീകരിക്കാനുള്ള മാനസികഭാവം കളികളിലെ പങ്കാളിത്തം നൽകുന്നു.

കളികളിലൂടെ പഠിക്കാനുള്ള അവസരം നിഷേധിച്ച് മുറികളിൽ തളച്ചിടുന്ന കുട്ടികളെയോർത്ത് നെടുവീർപ്പിടുന്ന അപ്പൂപ്പൻ പറഞ്ഞ കാര്യങ്ങളായിരുന്നു അപ്പുവിന്റെ മനസു നിറയെ.

8

അപ്പു കണ്ട നെൽവയൽ

നഗരത്തിൽ താമസിക്കുന്ന അപ്പുവും ഉണ്ണിയും ഇതുവരെ അരിവിളയുന്ന നെൽപ്പാടങ്ങൾ കണ്ടിരുന്നില്ല. നാട്ടിൽ വന്നപ്പോൾ നെൽച്ചെടി കാണണമെന്ന ആഗ്രഹം ശക്തമായി.

പിറ്റേദിവസം രാവിലെതന്നെ അപ്പൂപ്പൻ കുട്ടികളെയും കൂട്ടി വിശാലമായ നെൽപ്പാടത്തിലെത്തി. നെൽകൃഷിയുടെ ചരിത്രവും അവർ അപ്പൂപ്പനിൽനിന്നും മനസിലാക്കി.

ലോകത്തിലെ ഏറ്റവും പഴക്കംചെന്ന കാർഷികവിളകളിൽ ഒന്നാണ് നെല്ല്. നെല്ലിന്റെ ജന്മദേശം ഇന്ത്യയാണ്. പക്ഷേ നെല്ല് ഉൽപ്പാദനത്തിൽ ചൈനയ്ക്കാണ് ഒന്നാംസ്ഥാനം.

കാട്ടിൽ നായാടി നടന്നിരുന്ന മനുഷ്യർ കൃഷിയുടെ ആവിർഭാവത്തോടുകൂടി സ്ഥിരതാമസം തുടങ്ങുകയും ലോക നാഗരികതയുടെ ആരംഭംകുറിക്കുകയുമുണ്ടായി.

തമിഴിലെ 'അരിശി' എന്ന പദത്തിൽനിന്നാണ് റൈസ എന്ന നെല്ലിന്റെ സസ്യശാസ്ത്രനാമം ഉണ്ടായത്. ഇന്ന് കേരളത്തിൽ നെൽകൃഷിയുടെ വ്യാപ്തി കുറഞ്ഞുവരികയാണ്. അപ്പൂപ്പന്റെ ചെറുപ്പകാലത്തെ കൃഷിക്കാരുടെ അവസ്ഥ കുട്ടികൾക്ക് അവിശ്വസനീയമായി തോന്നി. ചേറിലും ചെളിയിലും അധ്വാനിച്ചിരുന്ന മനുഷ്യരുടെ ജീവിതം ദുസ്സഹമായിരുന്നു. ജാതീയമായ വേർതിരിവുകൾ അവരെ അടിമകളാക്കി.

ഈ കാർഷിക അടിമകളെ ഉടമകളാക്കി മാറ്റിയത് ദീർഘകാലത്തെ പോരാട്ടങ്ങളുടെ ഫലമായിരുന്നുവെന്നും അപ്പൂപ്പൻ വിശദീകരിച്ചു.

ബ്രിട്ടീഷുകാരുടെ വരവോടെ ഇന്ത്യയിലെ കൃഷിക്കാരുടെ സ്ഥിതി പരിതാപകരമായി. നമ്മുടെ നാട്ടുരാജാക്കന്മാരെല്ലാം കൃഷിയെ പ്രോത്സാഹിപ്പിച്ചിരുന്നുവെങ്കിലും വിദേശ ഭരണാധികാരികൾ ഭൂനികുതി വർധിപ്പിച്ചും പുതിയ സ്വത്തുനിയമങ്ങളുണ്ടാക്കിയും കൃഷിക്കാരെ ചൂഷണംചെയ്തു.

വൈദേശിക ഭരണത്തിനെതിരായ സ്വാതന്ത്ര്യസമരം ആരംഭിച്ചപ്പോൾ രാഷ്ട്രപിതാവായ ഗാന്ധിജിയുടെ മനസിൽ കൃഷിക്കാരുടെ ദൈന്യതയും നിറഞ്ഞുനിന്നിരുന്നു.

തൊഴിലാളികളെയും കൃഷിക്കാരെയും അണിനിരത്തി സ്വാതന്ത്ര്യസമരം ശക്തിമത്താക്കുകയായിരുന്നു ലക്ഷ്യം. സുദീർഘമായ നമ്മുടെ ദേശീയപ്രസ്ഥാന കാലഘട്ടത്തിൽ നിരവധി കൃഷിക്കാരും പടയൊരുക്കങ്ങളിൽ പങ്കാളികളായി, ശിക്ഷയനുഭവിക്കുകയും ജീവൻ ബലിനൽകുകയും ചെയ്തിട്ടുണ്ട്.

ബ്രിട്ടീഷുകാർ ശിപായിലഹളയെന്നു വിളിച്ച 1857 ലെ കലാപത്തിൽ തന്നെ നിരവധി കൃഷിക്കാർ വൈദേശിക ഭരണത്തിനെതിരെ അണിചേർന്നു.

ഐതിഹാസികമായ നിരവധി കർഷകസമരങ്ങൾ അരങ്ങേറിയ സംസ്ഥാനമാണ് കേരളം. പി കൃഷ്ണപിള്ള, എ കെ ജി, ഇ എം എസ്, കേരളീയൻ, കെ പി ആർ തുടങ്ങിയ നേതാക്കന്മാരൊക്കെ കൃഷിക്കാരെ സംഘടിപ്പിക്കുന്നതിന് ത്യാഗപൂർണമായ നേതൃത്വംനൽകി.

കേരളത്തിൽ എല്ലാ സ്ഥലത്തും ഒരേപോലെ പ്രചാരത്തിലിരുന്ന വിരിപ്പ്, മുണ്ടകൻ, പുഞ്ച എന്നീ മൂന്നുതരം നെൽകൃഷികൾ ഇന്ന് വെറും ഓർമ മാത്രമായി.

പഴയകാലത്ത് ഉപയോഗിച്ചിരുന്ന നെൽവിത്തുകളുടെ പേരുകൾപോലും ഇന്നത്തെ തലമുറ ഓർക്കുന്നുണ്ടാവില്ല. കഴമ, കരിഞ്ചൻ, തവളക്കണ്ണൻ, നവര, മാല എന്നീ പഴയവിത്തുകൾക്ക് പകരം നെൽ ഗവേഷണകേന്ദ്രങ്ങളിൽനിന്ന് പുറത്തിറക്കിയ അന്നപൂർണ, ത്രിവേണി, രോഹിണി, അശ്വതി, ഭാരതി, ശബരി, ജ്യോതി തുടങ്ങിയവയാണ് പുതിയകാലത്തെ വിത്തുകൾ.

ആയുർവേദ ചികിത്സയിലുപയോഗിക്കുന്ന നവരനെല്ല് കേരളത്തിന്റെ പ്രത്യേക സംഭാവനയാണ്. ഭൂപരിഷ്കരണങ്ങൾ നടപ്പിലാക്കിയതിൽ ഒന്നാംസ്ഥാനത്ത് നിൽക്കുന്ന കേരളത്തിൽ പക്ഷേ നെൽകൃഷി കുറഞ്ഞുവരികയാണ്. പഞ്ചാബിൽനിന്നും ആന്ധ്രയിൽനിന്നും വരുന്ന അരിയാണ് നാം അങ്ങാടിയിൽനിന്നും വാങ്ങിക്കുന്നത്.

എങ്കിലും കവികളും സാഹിത്യകാരന്മാരും പാടിപ്പുകഴ്ത്തിയ നെൽപ്പാടങ്ങളുടെ ഹരിതഭംഗി എന്നും നമ്മുടെ മനസിലുണ്ടാകും.

9

ഉണ്ണിക്കിഷ്ടം സംഭാരം

കത്തുന്ന വേനലിൽ കളികഴിഞ്ഞ് വന്ന കുട്ടികൾക്ക് കുടിക്കുവാനായി അമ്മൂമ്മ സംഭാരം ഉണ്ടാക്കിവെച്ചിരുന്നു. മോരുവെള്ളത്തിൽ ഇഞ്ചിയും പച്ചമുളകും അരിഞ്ഞുചേർത്ത പാനീയമാണ് വിഖ്യാതമായ സംഭാരം.

നഗരത്തിൽനിന്നു വന്ന അപ്പുവും ഉണ്ണിയും ഇതുവരെ കാണാത്ത പാനീയം. നഗരങ്ങളിൽ അവർക്ക് ലഭിച്ചിരുന്നത് കുപ്പികളിലും പായ്ക്കറ്റുകളിലും നിറച്ച നിറമുള്ള പാനീയങ്ങൾ.

കോളപോലുള്ള പാനീയങ്ങളിൽ ഉള്ള വിഷാംശങ്ങളെക്കുറിച്ച് അപ്പൂപ്പൻ പറയാറുണ്ട്. പ്ലാച്ചിമടയിൽ കൊക്കക്കോളയ്ക്കെതിരെ നടന്ന ദീർഘസമരത്തിനുശേഷമാണ് സാധാരണക്കാർക്ക് കോളപോലുള്ള പദാർഥങ്ങളിലടങ്ങിയ വിഷമയമായ രാസപദാർഥങ്ങളെക്കുറിച്ച് അറിവ് ലഭിക്കുന്നത്.

ഉൾനാടൻ ഗ്രാമങ്ങളിലെ ചെറിയ കടകളിൽപ്പോലും കോള, പെപ്സി, തംസ് അപ്പ് തുടങ്ങിയവ സുലഭമായി ലഭിച്ചിരുന്നു. പാലക്കാട്ടെ പ്ലാച്ചിമടയിൽ മയിലമ്മ എന്ന ഗ്രാമീണ സ്ത്രീ നടത്തിയ ജലചൂഷണത്തിനെതിരായ ഒറ്റയാൾ സമരം പിന്നീട് പടർന്നുപന്തലിച്ചു.

നിരവധി ബുദ്ധിജീവികളും സുകുമാർ അഴീക്കോടിനെപ്പോലുള്ള സാംസ്കാരിക നായകന്മാരും അണിചേർന്നതോടെ പ്ലാച്ചി

മട സമരം ലോകശ്രദ്ധയാകർഷിച്ചു.

കേരളീയർക്ക് ഈ പാനീയങ്ങളെല്ലാം പുത്തൻ പരിഷ്കാരത്തിന്റെ വേലിയേറ്റത്തിൽ ലഭിച്ചതാണെന്ന് പറയേണ്ടതില്ലല്ലോ. കത്തുന്ന വേനലിൽ ക്ഷീണമകറ്റി ശരീരോർജം നിലനിർത്താൻ മലയാളികൾ പരമ്പരാഗതമായി ഉത്തമ പാനീയമായി കരുതിയിരുന്നത് സംഭാരംതന്നെ.

മോരിൽ ഇഞ്ചി, പച്ചമുളക്, വേപ്പില, ചുവന്നുള്ളി എന്നിവ ചതച്ചിട്ടാണ് നാട്ടിൻപുറങ്ങളിൽ പണ്ട് സംഭാരം ഉണ്ടാക്കിയിരുന്നത്.

ശരീരത്തിലെ ചൂടിനെ അകറ്റിനിർത്താൻ ഇത്രയും നല്ല ഔഷധം മറ്റൊന്നില്ല തന്നെ. സംഭാരം കൂടാതെ വേറെയും നാട്ടു പാനീയങ്ങൾ ഉണ്ടായിരുന്നു. അവയൊക്കെ ഇന്ന് ഓർമകൾ മാത്രം.

വെല്ലം അഥവാ ശർക്കര കലർത്തിയ പാനീയമായിരുന്നു അവയിലൊന്ന്. ചെറുനാരങ്ങ പിഴിഞ്ഞ് വെള്ളം കുടിക്കുന്നതും ഉത്തമമായി കണക്കാക്കിയിരുന്നു. ഉലുവ വറുത്ത് വെള്ളം തിളപ്പിച്ച് കുടിക്കുന്ന പതിവും ഉണ്ടായിരുന്നു.

തുളസിയിലയിട്ട് വെള്ളം തിളപ്പിച്ച് മൺകലത്തിൽ നിറച്ച് ഉപയോഗിക്കുന്ന രീതിയുമുണ്ട്. ഏറെ ഔഷധഗുണമുള്ള മല്ലിയില, പുതിനയില, കറിവേപ്പില എന്നിവ ഇട്ട് വെള്ളം കുടിച്ചിരുന്ന പഴമക്കാർക്ക് ഉന്മേഷം തനിയെ ലഭിച്ചിരുന്നുവത്രെ.

ശരീരത്തിൽനിന്നും ഏറ്റവും കൂടുതൽ ഊർജം നഷ്ടപ്പെടുന്ന വേനൽക്കാലത്ത് അവ പരിഹരിക്കുന്നതിനുള്ള നാട്ടുപാനീയങ്ങൾ പ്രചാരത്തിൽ വന്നതായി അനുമാനിക്കാം.

പനിയുടെ തുടക്കത്തിൽ പാരസിറ്റമോൾ ഗുളികകൾ കഴിക്കുന്ന രീതി അന്നുണ്ടായിരുന്നില്ല. പകരം, ചുക്ക്, കുരുമുളക്, ജീരകം, വെളുത്തുള്ളി, തുളസിയില, പനിക്കൂർക്കയില, ആടലോടകയില, കരിനൊച്ചിയില, പേരക്കൂമ്പില എന്നിവയിട്ട് തിളപ്പിച്ച വെള്ളം കുടിച്ച് രോഗം അകറ്റുന്ന രീതിയാണ് പതിവ്.

നെല്ലിക്ക ചതച്ച് വെള്ളത്തിലിട്ട് കുടിക്കുന്നത് വലിയ ഉന്മേഷം നൽകുമെന്നും അമ്മൂമ്മ സാക്ഷ്യപ്പെടുത്തി.

ആദ്യമായി രുചിച്ച സംഭാരവും അതിനോടൊപ്പം ലഭിച്ച നാട്ടറിവുകളും കുട്ടികൾക്ക് വലിയ ഉന്മേഷം നൽകി.

10

നാട്ടിലെ സ്വിമ്മിങ് പൂൾ

നഗരത്തിൽ അപ്പുവും ഉണ്ണിയും പഠിക്കുന്ന സ്കൂളിൽ നീന്തൽ പഠിപ്പിക്കുന്നതിന് ഒരു സ്വിമ്മിങ് പൂളുണ്ട്. പക്ഷേ ഉയർന്ന ക്ലാസിലെ കുട്ടികൾക്ക് മുൻഗണന നൽകുന്നതിനാൽ രണ്ടുപേർക്കും അവസരം ഇതുവരെ ലഭിച്ചില്ല.

ഇതറിഞ്ഞ അപ്പൂപ്പൻ അവരെ നാട്ടിലെ കുളത്തിൽ കൊണ്ടുപോയി നീന്തൽ പഠിപ്പിക്കാമെന്നേറ്റു.

നഗരത്തിലെ സ്വിമ്മിങ് പൂളിൽ പരിശീലിക്കുന്നതിന് പ്രത്യേക ഡ്രസും തൊപ്പിയും വേണം. അതുപോലെ കാറ്റ് നിറച്ച റബർ ട്യൂബും നിർബന്ധം.

ഗ്രാമത്തിലെ ക്ഷേത്രക്കുളത്തിലെത്തിയപ്പോൾ നിരവധി കുട്ടികൾ നീന്തിക്കളിക്കുന്നത് കണ്ട് കുട്ടികൾ വലിയ ഉത്സാഹത്തിലായി.

പേട് തേങ്ങകൾ ഇരച്ചുകെട്ടിയ പൊന്താണ് നീന്തൽ പഠിക്കാനുപയോഗിക്കുന്നത്. അത് വയറ്റിന്റെ അടിഭാഗത്ത് ഉറപ്പിച്ചുനിർത്തിയാൽ പിന്നെ വെള്ളത്തിൽ താണുപോകില്ല.

തല ഉയർത്തിപ്പിടിച്ച് കൈകാലിട്ടടിച്ച് മുന്നോട്ടു നീങ്ങാനുള്ള അപ്പൂപ്പന്റെ നിർദേശമനുസരിച്ച് കുട്ടികൾ നീന്തൽ പരിശീലിക്കാൻ തുടങ്ങി. ഒരാഴ്ചകൊണ്ടവർ ഒരുവിധം നീന്താൻ പഠിച്ചു.

അപ്പൂപ്പന്റെ മനസിൽ മറ്റൊരു ചിന്തയായിരുന്നു.

പണ്ടൊക്കെ എല്ലാ കുട്ടികളും ഒരു പ്രായമെത്തുമ്പോൾ കുളങ്ങളിൽനിന്നോ പുഴയിൽനിന്നോ അനായാസം അഭ്യസിക്കുന്ന ഒന്നാണ് നീന്തൽ. ഒരുവിധം പഠിച്ചുകഴിഞ്ഞാലോ പിന്നെ കൂട്ടുകാരുമൊത്ത് വെള്ളത്തിൽ കളിയായിരിക്കും ബഹുഭൂരിപക്ഷവും.

ഇന്ന് ദിവസേന പത്രംനോക്കിയാൽ എവിടെയെങ്കിലും ഒന്നോ രണ്ടോപേർ വെള്ളത്തിൽ വീണുമരിച്ച വാർത്തയാണ് കാണുക. ഇതിന്റെ അടിസ്ഥാന കാരണങ്ങളിലൊന്ന് ഇന്ന് കുട്ടികളും വലിയവരും കുളിമുറികൾ മാത്രമുപയോഗിക്കുന്നതുകൊണ്ട് നീന്താനുള്ള സൗകര്യം ലഭിക്കുന്നില്ലെന്നതാണ്.

നമ്മുടെ സമൂഹംതന്നെ മുൻകൈയെടുത്ത് കുട്ടികളെ നീന്തൽ അഭ്യസിപ്പിക്കാൻ പദ്ധതികൾ ആസൂത്രണം ചെയ്യുകയാണ് ഇതിനൊരു പരിഹാരം.

ഗ്രാമത്തിൽ നീന്തൽ പഠിക്കാൻ ഒറ്റപൈസയും ചിലവില്ല. ഇഷ്ടംപോലെ കുളങ്ങളുമുണ്ട്. ഇത് നമ്മുടെ സംസ്കാരത്തിന്റെ ഭാഗമായി നിർമിക്കപ്പെട്ട ജലസ്രോതസുകളാണ്.

പഴയകാലത്ത് സാമ്പത്തികസ്ഥിതി അനുവദിച്ചിരുന്നവരെല്ലാം ഗൃഹങ്ങൾക്ക് സമീപം കുളങ്ങൾ കുഴിച്ച് കൽപ്പടവുകൾകെട്ടി സംരക്ഷിച്ചിരുന്നു. ക്ഷേത്രങ്ങളോട് അനുബന്ധിച്ച് ക്ഷേത്രക്കുളങ്ങളുമുണ്ട്.

ദാനശീലർ മറ്റുള്ളവർക്കായി കുളങ്ങളും കിണറുകളും നിർമിച്ചുനൽകുന്ന പതിവുമുണ്ടായിരുന്നു. നിർമാതാവിന്റെ പേരും നിർമാണവർഷവും രേഖപ്പെടുത്തി ചിലർ ചരിത്രബോധവും പ്രകടിപ്പിച്ചു.

നാടുവാഴികളുടെയും രാജാക്കന്മാരുടെയും കൊട്ടാരങ്ങൾക്ക് സമീപം ഏക്കറുകളോളം പരന്നുകിടക്കുന്ന വൻചിറകൾ തന്നെ സ്നാനകർമങ്ങൾക്കായി നിർമിച്ചിരുന്നു. കോലത്തരചനായ കോലത്തിരിമാർ ചിറയ്ക്കലിൽ നിർമിച്ച ചിറയ്ക്ക് പതിമൂന്ന് ഏക്കറോളം വിസ്തൃതിയുണ്ട്.

കുളങ്ങളുടെ സമൃദ്ധി നമ്മുടെ ജീവിതത്തെയും നന്നായി സ്വാധീനിച്ചു. മറ്റ് സംസ്ഥാനക്കാരെ അപേക്ഷിച്ച് ദിവസേന രണ്ടുനേരം കുളിക്കുന്നവരാണ് കേരളീയർ.

പഴയകാലത്ത് കുളക്കടവുകൾ ഗ്രാമീണർ ഒത്തുകൂടുന്ന കേന്ദ്രം എന്ന നിലയിലും പ്രാധാന്യം നേടിയിരുന്നു. റേഡി

യോയും ടെലിവിഷനും ഇല്ലാതിരുന്ന കാലത്ത് വാർത്തകൾ വിതരണം ചെയ്യുന്നതിൽ കുളക്കടവുകൾ വലിയപങ്ക് വഹിച്ചു.

ഒഴിവുകാലത്ത് നാട്ടിൽനിന്നും നീന്തൽ പഠിക്കാൻ കഴിഞ്ഞതിൽ കുട്ടികൾക്ക് വലിയ സന്തോഷമായി. നീന്തൽ ഒരു നല്ല വ്യായാമമാണെന്നും ശരീരത്തിന് ഗുണപ്രദമാണെന്നും അവരെ ഓർമിപ്പിക്കാൻ അപ്പൂപ്പൻ മറന്നില്ല.

നഗരത്തിലെ പൈപ്പുകൾ വഴിയുള്ള ജലവിതരണം ദിവസങ്ങളോളം മുടങ്ങുമ്പോൾ ഉണ്ടാകുന്ന കഷ്ടപ്പാടുകളായിരുന്നു അപ്പുവിന്റെ മനസിൽ.

ഭൂമിയിലെ ജലവിതാനം വർഷംതോറും താഴ്ന്നു പോകുന്നതിനാൽ കേരളത്തിലെ കുളങ്ങളും കിണറുകളും ഇപ്പോൾ കൊടുംവേനലിൽ വരണ്ടുകൊണ്ടിരിക്കുന്നുവെന്നതും സത്യം.

11

വെളിച്ചപ്പാടിന്റെ അരുളപ്പാട്

അപ്പുവും ഉണ്ണിയും നഗരത്തിലൊരിക്കലും കാണാത്ത കാഴ്ചയായിരുന്നു തെയ്യം അഥവാ തെയ്യാട്ടം. ഗ്രാമത്തിലെ തെയ്യം കാണാൻ കുട്ടികൾക്ക് താൽപ്പര്യമുണ്ടെന്നറിഞ്ഞ അപ്പൂപ്പൻ അവരെ തെയ്യംകെട്ടിയാടുന്ന കാവിലേക്ക് ആനയിച്ചു.

ഉത്തരകേരളത്തിലെ ഈ ജനകീയ അനുഷ്ഠാന നൃത്തവിശേഷം കുട്ടികൾക്ക് മുന്നിൽ തുറന്നത് ഒരു വിസ്മയപ്രപഞ്ചം തന്നെയായിരുന്നു. കോലം കെട്ടുന്നയാൾ ചൊല്ലുന്ന തോറ്റംപാട്ടിൽ തെയ്യത്തിന്റെയും പ്രദേശത്തിന്റെയും ചരിത്രവിവരണവുമുണ്ട്.

ഭക്തിയുടെയും കലയുടെയും സമ്മേളിത രൂപമാണ് തെയ്യാട്ടം. തെയ്യങ്ങളെ, സ്വഭാവമനുസരിച്ച് ദൈവികം, വീരാരാധനാപരം, തിര്യക്മണ്ഡലം, ഭൂതപ്രേതാദികൾ എന്നിങ്ങനെ വേർതിരിച്ചിട്ടുണ്ടെന്ന് അപ്പൂപ്പൻ പറഞ്ഞു.

വാദ്യോപകരണങ്ങളുടെ താളത്തിനനുസരിച്ചാണ് തെയ്യാട്ടം. ഓരോ തെയ്യത്തിനും പ്രത്യേകം ചുവടുവെയ്പുകൾ.

ചെണ്ട, മദ്ദളം, ചേങ്ങില, ഇലത്താളം, തുടങ്ങിയ വാദ്യോപകരണങ്ങൾ തെയ്യാട്ടത്തിൽ ഉപയോഗിക്കുന്നു. ആകെയുള്ള നാനൂറോളം തെയ്യങ്ങളിൽ മുക്കാൽഭാഗവും പെൺതെയ്യങ്ങളാണ്.

പഴയകാല വീരന്മാരെ കെട്ടിയാടുന്ന തെയ്യങ്ങളുമുണ്ട്. പൊതുവെ പറഞ്ഞാൽ ശിവന്റെയൊ ശക്തിയുടെയൊ വിഷ്ണുവിന്റെയൊ ദിവ്യത്വത്തെ പ്രകീർത്തിക്കുന്ന തരത്തിലാണ് തെയ്യാട്ടങ്ങൾ.

കാവുകളിലെ വെളിച്ചപ്പാടന്മാരുടെ വേഷങ്ങളാണ് ഉണ്ണിക്കും അലോകിനും കൗതുകകരമായി തോന്നിയത്.

തലമുണ്ഡനം ചെയ്തും ചിലർ ശിരസിന്റെ മധ്യത്തിൽ കുടുമ വെച്ചും വാളെടുത്ത് ചുവടുവയ്ക്കുമ്പോൾ നടത്തുന്ന വായ്ത്താരിയാണ് കുട്ടികൾക്കേറെ ഇഷ്ടമായത്.

കേരളത്തിൽ ആദ്യകാലത്ത് തന്നെ പ്രചാരത്തിൽ വന്ന ജൈന–ബുദ്ധമതങ്ങളുടെ സ്വാധീനംകൊണ്ടാണ് വെളിച്ചപ്പാടന്മാർ തലമുണ്ഡനം ചെയ്യുന്നതെന്നും സസ്യാഹാരികളായി കളിയാട്ട സമയത്ത് മാറുന്നതെന്നും അപ്പൂപ്പൻ പറഞ്ഞു.

കാവുകളിലെ തെയ്യാട്ടങ്ങളിൽ വൃക്ഷാരാധന, നാഗാരാധന, മൃഗാരാധന, വീരാരാധന തുടങ്ങിയ ഘടകങ്ങൾക്ക് പ്രാമുഖ്യവും നൽകുന്നുണ്ട്. തെയ്യാട്ടങ്ങളുടെയും അനുബന്ധ ഉത്സവങ്ങളുടെയും സാമൂഹ്യപ്രസക്തിയും അപ്പൂപ്പൻ സൂചിപ്പിക്കുകയുണ്ടായി.

പ്രാദേശികമായി ജനങ്ങളുടെ ഐക്യത്തെയും സാമൂഹ്യബന്ധങ്ങളെയും ഇത്തരം ഉത്സവവേളകൾ ദൃഢപ്പെടുത്തുന്നു. വിവിധ ജാതിമതസ്ഥർക്കും കളിയാട്ടങ്ങളിൽ അവരുടെതായ പങ്കുകൾ കാണാം.

ഹിന്ദുക്കളുടെ കാവുകളിലും ക്ഷേത്രങ്ങളിലും ഉത്സവകാലത്ത് പഞ്ചസാര നിറച്ച പാത്രങ്ങൾ മുസ്ലിം വിഭാഗക്കാർ കാഴ്ചയായി നൽകുന്ന പതിവുണ്ട്. പകരം അവർക്ക് മടക്കുപായകൾ പാരിതോഷികമായി ലഭിക്കും.

കളിയാട്ടങ്ങളോടനുബന്ധിച്ച് അന്നദാനം നൽകുന്ന പതിവുമുണ്ട്. ധനിക ദരിദ്രഭേദമില്ലാതെ എല്ലാവരും അന്നദാനം സ്വീകരിക്കുന്നു.

വാഹന സൗകര്യങ്ങളൊ ഹോട്ടലുകളൊ ഇല്ലാതിരുന്ന പഴയകാലത്ത് നടന്നുവലഞ്ഞ് വരുന്നവർക്ക് നൽകിയിരുന്ന ഭക്ഷണമായിരിക്കണം ഇന്നത്തെ അന്നദാനമായി പരിണമിച്ചിട്ടുണ്ടാവുക.

വർണവൈവിധ്യമാർന്ന മുടി, ആടയാഭരണങ്ങൾ, വേഷവി

ധാനങ്ങൾ എന്നിവ നിർമിക്കുന്ന തെയ്യക്കാരുടെ കലാബോധവും കരവിരുതും പ്രത്യേകം ശ്രദ്ധേയമാണ്.

അപ്പൂപ്പന്റെ നിരീക്ഷണത്തിൽ നമ്മുടെ കാവുകൾ അനുഷ്ഠിച്ചുവരുന്ന ധർമം പ്രകൃത്യാരാധന തന്നെയാണ്. കാവുകളോടനുബന്ധിച്ച് നിർമിച്ചിരുന്ന സർപ്പക്കാവുകൾ പ്രകൃതിയുടെ ശക്തിസ്രോതസുകൾ നിലനിർത്തുന്നതിൽ വഹിച്ച പങ്ക് വലുതാണ്.

"കാവ് തീണ്ടരുത്" എന്ന പഴയ കൽപ്പന വൃക്ഷങ്ങളെയും പ്രകൃതിയെയും സംരക്ഷിക്കാനുദ്ദേശിച്ചുള്ളതാണ്. പ്രകൃതിയുടെ സന്തുലനം നിലനിർത്തുന്നതിൽ കാവുകൾ വലിയ പങ്ക് നിർവഹിച്ചിട്ടുണ്ട്.

"ഗുണം വരും, ഗുണം വരും" എന്ന വായ്ത്താരിയോടെ തെയ്യങ്ങൾ നൽകുന്ന മഞ്ഞൾപ്പൊടി വായിലിട്ട് സായൂജ്യമടയുന്ന ഭക്തർക്ക് മഞ്ഞളിന്റെ ഔഷധഗുണം ലഭിക്കുന്നു. വിഷഹാരിയായ മഞ്ഞളിനെക്കുറിച്ച് വളരെമുൻപുതന്നെ നമുക്കറിയാമായിരുന്നു.

അമ്മ കറികളിൽ മഞ്ഞൾ ഉപയോഗിക്കുന്ന രഹസ്യം ഇപ്പോഴാണ് അലോകിന് മനസിലായത്. തലമുറകളായി കൈമാറ്റം ചെയ്ത് സിദ്ധിച്ച എത്രയെത്ര അറിവുകൾ നമ്മുടെ ആഹാരരീതികളിലും മറ്റും പിൻതുടരുന്നുവെന്നതും ചിന്തനീയം തന്നെ.

12

എന്തെല്ലാം ആചാരങ്ങൾ

അപ്പുവും കൂട്ടുകാരും രാവിലെ മാവിൻചുവട്ടിലിരുന്ന് കളിക്കുകയായിരുന്നു. അപ്പോൾ അവിടേക്ക് കടന്നുവന്ന അടുത്ത വീട്ടിലെ ആന്റിയുടെ കൈയിൽ ഒരു തളിക നിറയെ ലഡ്ഡുവുണ്ടായിരുന്നു. സന്തോഷത്തോടുകൂടി അവർ കുട്ടികൾക്കെല്ലാം ലഡ്ഡു വിതരണംചെയ്തു.

വരാന്തയിലിരുന്ന് പത്രം വായിച്ചുകൊണ്ടിരുന്ന അപ്പൂപ്പനും കിട്ടി ഒരെണ്ണം. ആന്റിയുടെ സന്തോഷത്തിന്റെ കാരണം അവരുടെ മകൾ പ്രസവിച്ച് ഒരാൺകുട്ടി ഉണ്ടായതിനാലായിരുന്നു.

പഴയകാലത്ത് നിലവിലിരുന്ന ചില ആചാരങ്ങളാണ് അപ്പൂപ്പന്റെ മനസിൽ തികട്ടിവന്നത്. പഴയകാലത്ത് പ്രസവങ്ങളെല്ലാം വീടുകളിൽ തന്നെയായിരുന്നു. ഇന്നത്തെപ്പോലെ ആശുപത്രികളുമില്ല.

കുടുംബത്തിൽ കുട്ടികൾ പിറന്നാൽ അത് നാട്ടുകാരെ അറിയിക്കുന്ന പതിവുണ്ടായിരുന്നു. കുട്ടി ആൺ ആണെങ്കിൽ മടലുകൊണ്ട് നിലത്തടിച്ച് കൂവുകയാണ് രീതി. ധനികരായ ആളുകൾ തോക്കുള്ളവരെ വരുത്തി ആകാശത്തേക്ക് വെടിവെച്ച് ആളുകളെ അറിയിക്കുന്ന സമ്പ്രദായവും ഉണ്ടായിരുന്നു.

പെൺകുട്ടിയാണ് ജനിച്ചതെങ്കിൽ കിണ്ണംമുട്ടി ശബ്ദമുണ്ടാക്കി ആളുകളെ അറിയിക്കുകയാണ് ചെയ്യുക.

പെൺകുട്ടികളെപ്പോലെ ആൺകുട്ടികൾക്കും കാതുകുത്തി ആഭരണങ്ങൾ അണിയുന്ന സമ്പ്രദായം ഈ അടുത്തകാലംവരെ നിലനിന്നിരുന്നു. കാതിൽ അണിയുന്ന കടുക്കൻ ഉന്നതരുടെയും ആഢ്യന്മാരുടെയും ലക്ഷണങ്ങളിലൊന്നായിരുന്നു.

പുരുഷന്മാർ ഇന്നത്തെപ്പോലെ മുടി ക്രോപ്പ് ചെയ്തിരുന്നില്ല. മുടി കെട്ടിവയ്ക്കുന്നതിനെ കുടുമ എന്ന പേരിലറിയപ്പെട്ടു. കുടുമ നോക്കി ആളുകളുടെ കുലവും ജാതിയുംവരെ നിർണയിക്കാൻ കഴിയുമായിരുന്നത്രെ.

ഇന്നത്തെപ്പോലെ കല്യാണച്ചടങ്ങുകൾ പകലായിരുന്നില്ല. വീടുകളിൽ തന്നെയാണ് കല്യാണം നടത്തിയിരുന്നത്. കല്യാണമണ്ഡപങ്ങളുമില്ല. സാരിക്കുപകരം പുടവ ഉപയോഗിച്ചിരുന്നതുകൊണ്ട് 'പുടവമുറി' എന്നാണ് പഴയകല്യാണങ്ങളെ വിശേഷിപ്പിച്ചിരുന്നത്. പാട്ടുപെട്ടി കല്യാണവീടുകളിൽ ഒരാഡംബര വസ്തുവായിരുന്നു. റേഡിയോ ഉണ്ടായിരുന്നത് ചുരുക്കം ചില വീടുകളിൽ മാത്രം.

നഴ്സറി സ്കൂളുകൾ പ്രചാരത്തിൽ വരാതിരുന്നതുകൊണ്ട് ചെറിയ കുട്ടികൾ അക്ഷരം പഠിച്ചത് വീടുകളിൽ നിന്നു തന്നെയൊ അല്ലെങ്കിൽ എഴുത്തച്ഛന്മാരുടെ വീടുകളിൽ നിന്നൊ ആയിരുന്നു.

നിലത്ത് പൂഴിയിട്ട് വിരൽകൊണ്ട് അക്ഷരങ്ങൾ എഴുതി പഠിക്കുന്ന രീതി നിലത്തെഴുത്ത് എന്നറിയപ്പെട്ടു. കടലാസിനു പകരം ഓലകളിൽ എഴുത്താണികൊണ്ട് എഴുതിയാണ് പുരാണങ്ങൾ, ആധ്യാത്മിക ഗ്രന്ഥങ്ങൾ എന്നിവ സൂക്ഷിച്ചിരുന്നത്.

കമ്പ്യൂട്ടറും സി ഡിയും പ്രചാരത്തിലായതോടെ ഓലകളും എഴുത്താണിയും പഴങ്കഥയായി.

രാവിലെതന്നെ സൈക്കിളിലും മോട്ടോർസൈക്കിളിലുമായി മത്സ്യവിൽപ്പന, ഇന്ന് ഗ്രാമപ്രദേശങ്ങളിൽ സജീവം. കുത്തൂട്ടും കൊട്ടയുമായി പുഴയിൽനിന്ന് മത്സ്യം പിടിക്കുന്നതിലായിരുന്നു പഴയകാലത്തെ യുവാക്കൾക്ക് ഹരം.

നാടുവാഴിയുടെ അറിയിപ്പുകൾ, നിറപുത്തരി ഉത്സവങ്ങൾ എന്നിവ പറകൊട്ടി അറിയിക്കുകയായിരുന്നു പഴയ രീതി. ഇന്നതിനു പകരം മൈക്ക് അനൗൺസ്മെന്റായി. നെറ്റ്വർക്ക് ചാനലുകളിൽ പ്രാദേശികവാർത്തകൾ പ്രത്യേകം സംപ്രേഷണം ചെയ്യുന്നു.

വർത്തമാന പത്രങ്ങളോ പുരാണ പ്രതിപാദ്യമുള്ള ഗ്രന്ഥങ്ങളോ വായിച്ചില്ലെങ്കിലും ജനങ്ങൾക്ക് *രാമായണം, ഭാഗവതം*പോലുള്ള കൃതികളുടെ ഉള്ളടക്കം ഹൃദിസ്ഥമായിരുന്നു. അതിനവരെ സഹായിച്ചത് ക്ഷേത്രങ്ങളിലെ പുരാണപാരായണം, ഭാഗവത സപ്താഹം, കൂത്ത് തുടങ്ങിയവയായിരുന്നു. ഓട്ടൻതുള്ളൽ, ചാക്യാർകൂത്ത്, ഹരികഥാകാലക്ഷേപം, കഥകളി തുടങ്ങിയ കലകളും ഗ്രാമീണ ജീവിതങ്ങളെ കർമോന്മുഖരാക്കി, സംസ്കാരസമ്പന്നരും.

13

ശിശുദിനത്തിലെ ചാച്ചാജി

അപ്പൂപ്പനോട് കുട്ടികൾ സ്കൂളിലെ വിശേഷങ്ങൾ പറഞ്ഞിരിക്കുകയായിരുന്നു. കഴിഞ്ഞ നവംബർ 14-ാം തീയതി സ്കൂളിൽ ശിശുദിനം ആഘോഷിച്ച കാര്യമായിരുന്നു അവർക്ക് പറയാനുണ്ടായിരുന്നത്. അന്ന് കുട്ടികളുടെ ചാച്ചാജിയായി വേഷമിടാൻ തെരഞ്ഞെടുത്തത് അപ്പുവിനെയായിരുന്നു.

കുട്ടികൾക്ക് അപ്പൂപ്പനിൽനിന്നും അറിയേണ്ടിയിരുന്നത് ചാച്ചാ നെഹ്റുവിനെക്കുറിച്ചും അദ്ദേഹത്തിന്റെ ജന്മദിനം ശിശുദിനമായി ആഘോഷിക്കുന്നതിനെക്കുറിച്ചുമാണ്.

കുട്ടികളെ ഏറെ ഇഷ്ടപ്പെട്ട വ്യക്തിയായിരുന്നു ചാച്ചാജി. ജവഹർ എന്നാൽ രത്നം എന്നാണർഥം. 18-ാം നൂറ്റാണ്ടിൽ കാശ്മീരിൽനിന്ന് അലഹാബാദിലേക്ക് കുടിയേറിയ ബ്രാഹ്മണ കുടുംബത്തിൽ 1889 നവംബർ 14 നായിരുന്നു നെഹ്റുവിന്റെ ജനനം.

നെഹ്റുവിന്റെ രണ്ട് സഹോദരിമാരായിരുന്നു വിജയലക്ഷ്മി പണ്ഡിറ്റും കൃഷ്ണഹത്തീസിങ്ങും. നെഹ്റുവിന്റെ പ്രാഥമിക വിദ്യാഭ്യാസം യൂറോപ്യൻ അധ്യാപകരുടെ കീഴിൽ വീട്ടിൽ വെച്ചാണ് നടത്തിയിരുന്നത്.

13-ാം വയസിൽ നെഹ്റു തിയോസഫിക്കൽ സൊസൈറ്റിയിൽ അംഗമായി. 15-ാം വയസിൽ ഇംഗ്ലണ്ടിലെ പ്രശസ്തമായ

ഹാരോ പബ്ലിക് സ്കൂളിൽ ചേർന്നു.

കേംബ്രിഡ്ജിലെ ട്രിനിറ്റി കോളേജിൽനിന്നും ഓണേർസ് ബിരുദവും ലണ്ടനിലെ ഇന്നർ ടെമ്പിളിൽനിന്ന് ബാരിസ്റ്റർ ബിരുദവും നേടിയശേഷം 1912 ൽ ഇന്ത്യയിൽ തിരിച്ചെത്തി.

തിളയ്ക്കുന്ന ദേശീയബോധവും സമരാവേശവും നെഹ്റുവിനെ രാഷ്ട്രീയത്തിലെത്തിച്ചു. പിതാവ് മോത്തിലാൽ നെഹ്റുവും സജീവരാഷ്ട്രീയ പ്രവർത്തകനായിരുന്നു.

ഗാന്ധിജിയുടെ വ്യക്തിപ്രഭാവവും നേതൃത്വവും മറ്റും നിരവധിപേരെപ്പോലെ നെഹ്റുവിനെയും ആകർഷിച്ചു. ഗാന്ധിജിയുടെ നിസ്സഹകരണപ്രസ്ഥാനത്തിൽ പങ്കെടുത്തുകൊണ്ടാണ് നെഹ്റു ദേശീയ പ്രസ്ഥാനത്തിൽ സജീവമായത്.

1921 മുതൽ 1945 വരെയുള്ള കാലഘട്ടത്തിൽ ഒൻപതുവർഷം അദ്ദേഹം കാരാഗൃഹത്തിലായിരുന്നു. ജയിൽജീവിതം എഴുത്തിനും വായനയ്ക്കുമായി ഉപയോഗിച്ചു. നെഹ്റുവിന്റെ പ്രശസ്തകൃതികളെല്ലാം രചിക്കപ്പെട്ടത് തടവറയിൽ വെച്ചാണ്.

ജയിൽവാസക്കാലത്ത് മകൾ ഇന്ദിരയ്ക്കയച്ച കത്തുകൾ സമാഹരിക്കപ്പെട്ടതാണ് *ഒരച്ഛൻ മകൾക്കയച്ച കത്തുകൾ.*

മൂന്നുവർഷംകൊണ്ട് 196 കത്തുകൾ ഇന്ദിരയ്ക്ക് ലഭിച്ചു. ഈ കത്തുകളാണ് *ഗ്ലിംപ്സസ് ഓഫ് വേൾഡ് ഹിസ്റ്ററി* എന്നപേരിൽ പിൽക്കാലത്ത് പ്രസിദ്ധീകരിക്കപ്പെട്ടത്.

1947 ൽ ഇന്ത്യ സ്വാതന്ത്ര്യം നേടിയതോടുകൂടി നെഹ്റു ആദ്യത്തെ പ്രധാനമന്ത്രിയായി അധികാരത്തിലെത്തി.

പതിനേഴ് വർഷക്കാലം പ്രധാനമന്ത്രിയായിരുന്ന നെഹ്റുവിന്റെ നേതൃത്വത്തിലാണ് ഇന്ത്യ സാംസ്കാരികവും വ്യാവസായികവുമായ പുരോഗതിയുടെ അടിത്തറ പാകിയത്. ചേരിചേരാ പ്രസ്ഥാനം ആവിഷ്കരിച്ച് ലോകരാഷ്ട്രങ്ങളിൽ ഇന്ത്യയുടെ തിളക്കമാർന്ന വിദേശനയവും രൂപീകരിച്ചു.

ശാസ്ത്രീയ വികസനപദ്ധതികളും സോഷ്യലിസ്റ്റ് ചിന്താഗതികളുമാണ് നെഹ്റുവിനെ നയിച്ചത്. സോവിയറ്റ് റഷ്യയുടെ ഒരാരാധകനും കൂടിയായിരുന്നു അദ്ദേഹം. ഏഷ്യൻ ഭൂഖണ്ഡത്തിലെ ഏറ്റവും പ്രധാന കായികമത്സരമായ ഏഷ്യൻ ഗെയിംസ് നടത്താൻ 1951 ൽ മുൻകൈ എടുത്തതും നെഹ്റുവായിരുന്നു.

നെഹ്റുവിന്റെ നേതൃത്വത്തിൽ സ്വതന്ത്ര ഇന്ത്യ അന്താരാഷ്ട്രരംഗത്ത് ഗണനീയമായ ഒരു ശക്തിയായി മാറി. വിശ്വശാന്തി

ക്കായി എന്നും നിലകൊണ്ടിരുന്ന നെഹ്റു ഐക്യരാഷ്ട്ര സംഘടനയുടെ എല്ലാ സമാധാന പ്രവർത്തനങ്ങൾക്കും ഹാർദമായ പിന്തുണനൽകി.

1964 മെയ്മാസം 27–ാം തീയതി പ്രധാനമന്ത്രിയായിരിക്കുമ്പോൾ തന്നെ നെഹ്റു ദിവംഗതനായി.

കുട്ടികളെ വളരെയധികം സ്നേഹിച്ചിരുന്ന വ്യക്തിയായിരുന്നു നെഹ്റു. പൂക്കളെയും അദ്ദേഹം വളരെയധികം ഇഷ്ടപ്പെട്ടിരുന്നു. കോട്ടിൽ ഒരു റോസാപ്പൂവ് തിരുകിയ ചിത്രങ്ങളാണ് നാം കാണുക.

കുട്ടികൾ രാഷ്ട്രത്തിന്റെ ഭാവി വാഗ്ദാനങ്ങളാണ് എന്നതായിരുന്നു അദ്ദേഹത്തിന്റെ വിശ്വാസപ്രമാണം.

ഇത്രയും കാര്യങ്ങൾ അപ്പൂപ്പനിൽനിന്നും ഗ്രഹിച്ചതോടെ കുട്ടികൾക്ക് നെഹ്റുവിന്റെ ജന്മദിനം ശിശുദിനമായി ആഘോഷിക്കുന്നതിന്റെ കാരണവും മനസിലായി.

നെഹ്റുവിന്റെ മേശമേൽ റോബർട്ട് ഫ്രോസ്റ്റിന്റെ ഈ വരികൾ എഴുതിവെച്ചിരുന്നു.

The Woods are lovely dark and deep,
But I have promises to keep.
And miles to go before I sleep,
And miles to go before I sleep.

14

യന്ത്രങ്ങളില്ലാത്ത ലോകം

അപ്പുവും കൂട്ടുകാരും കളിച്ചുകൊണ്ടിരിക്കുമ്പോൾ ചെറിയമ്മയുടെ മകൻ അലോകിന് ജ്യൂസ് കുടിക്കണമെന്ന് പറഞ്ഞു. അമ്മയോട് പറഞ്ഞപ്പോൾ ഇപ്പോൾ ഉണ്ടാക്കിത്തരാമെന്ന് പറഞ്ഞു.

നിമിഷങ്ങൾക്കുള്ളിൽ കുട്ടികൾക്ക് ഏറ്റവും ഇഷ്ടപ്പെട്ട ചിക്കു ജ്യൂസ് റെഡിയായി കിട്ടി.

അപ്പൂപ്പൻ ഇതുകണ്ട് ഒരു ദീർഘശ്വാസം വിട്ടു.

ഇപ്പഴത്തെ ഓരോ സൗകര്യങ്ങളേയ്. തന്റെ ചെറുപ്പകാലത്തെക്കുറിച്ചാണ് അപ്പൂപ്പൻ ഓർത്തത്. എന്തെല്ലാം ഉപകരണങ്ങളാണ് ഇന്ന് അടുക്കളയിലും വീട്ടിലും ഉപയോഗിക്കുന്നത്.

മിക്സി, വാഷിങ്മെഷീൻ, ഗ്രൈൻഡർ, വാക്വം ക്ലീനർ, ബ്രെഡ് ടോസ്റ്റർ, ഇലക്ട്രിക്ക് ഓവൻ, ഗ്യാസ് സ്റ്റൗവ്, ഫ്രിഡ്ജ് ... വാട്ടർ ഫിൽട്ടർ....

ധാന്യങ്ങൾ പൊടിക്കുന്നതിന് പഴയകാലത്ത് ഉരൽതന്നെ ശരണം. ഇന്ന് ഉരലും ഉലക്കയും ഉള്ള വീടുകൾ അപൂർവം.

'ഈ യന്ത്രങ്ങളെല്ലാം എത്ര ഉപകാരപ്രദമാണ്. മനുഷ്യരുടെ സമയവും അധ്വാനവും ചുരുക്കുന്നില്ലേ?'

ഇതാണപ്പുവിന്റെ ചിന്ത.

പക്ഷേ ഇതിനൊരു മറുവശവുമുണ്ട്. ഈ ഉപകരണങ്ങ

ളെല്ലാം മനുഷ്യരുടെ ആരോഗ്യത്തെയും പ്രതികൂലമായി ബാധിക്കുന്നുണ്ട്, അപ്പൂപ്പൻ പറഞ്ഞു:

"മക്കളേ ഇന്ന് അധ്വാനഭാരം കുറഞ്ഞതു തന്നെയാണ് പ്രശ്നം. മേലനങ്ങി ജോലിചെയ്യാത്തവർക്ക് ദുർമേദസ്സ് കൂടി പലരോഗങ്ങളും അവരെ പിടികൂടുന്നു."

ഭക്ഷ്യവസ്തുക്കളും മറ്റും ഉരലിൽ പൊടിച്ചെടുക്കുമ്പോൾ വേണ്ടിവരുന്ന അധ്വാനം ശരീരത്തെ 'ഫിറ്റാക്കി' നിർത്തുന്നു. വാഷിങ് മെഷീനുകളും ഡിഷ് വാഷും അലസതയാണ് നൽകുന്നത്.

ആരോഗ്യകരമായ ജീവിതത്തെ ലിഫ്റ്റുകളും വാഹനങ്ങളും മൊബൈൽ ഫോണും പ്രതികൂലമായാണ് ബാധിക്കുന്നത്.

ലിഫ്റ്റുകൾ പടികൾ കയറുന്നതിൽനിന്നും മനുഷ്യർക്ക് ക്ലേശം നൽകുന്നില്ലെങ്കിലും അത് ശരീരത്തിലെ രക്തയോട്ടത്തെയും ശ്വസനത്തെയും സഹായിക്കുന്നില്ലല്ലോ.

ഫാസ്റ്റ് ഫുഡ്ഡുകളിൽനിന്ന് ശരീരത്തിന് ആവശ്യമായ പോഷകങ്ങൾ ലഭിക്കുന്നില്ല. അത്യാവശ്യ പോഷകങ്ങൾ എന്നു പറയുന്നത് കാർബോ ഹൈഡ്രേറ്റ്സ്, ഫാറ്റ്സ്, പ്രോട്ടീൻസ്, വിറ്റമിൻസ്, മിനറൽസ് എന്നിവയാണെന്നും കുട്ടികൾ അപ്പൂപ്പനിൽനിന്നും മനസിലാക്കി.

കുട്ടികൾ ബേക്കറിയിൽനിന്നും വാങ്ങിക്കഴിക്കുന്ന, ദൂധി ഹൽവ, ഗുലാബ് ജാം, രസഗുള, കുൽഫി, ജിലേബി, ചോക്ലേറ്റ്, കേക്ക് തുടങ്ങിയവ അധികം കഴിക്കരുതെന്നും അപ്പൂപ്പൻ ഉപദേശിച്ചു.

അപ്പൂപ്പൻ പറയുന്നതിലും കാര്യമുണ്ടെന്ന് അപ്പുവിനു തോന്നി.

ആവിയിൽ വേവിച്ചെടുക്കുന്ന ഇഡ്ഡലിയും ദോശയും കടലക്കറിയുമെല്ലാം അവർ ഇഷ്ടപ്പെട്ടു തുടങ്ങിയിരുന്നു.

അപ്പുവിന്റെ അമ്മ യോഗക്ലാസിൽ പോകാനുദ്ദേശിക്കുന്നുണ്ടെന്ന് പറഞ്ഞപ്പോൾ അപ്പൂപ്പൻ തന്റെ അഭിനന്ദനം രേഖപ്പെടുത്തി.

ശരീരഭാരം കുറയ്ക്കുന്നതിനും, ശരീരത്തിലെ വേദനകൾ അകറ്റി, നല്ല രക്തയോട്ടവും, സുഖനിദ്രയും ലഭിക്കുന്നതിന് യോഗപരിശീലനം നല്ലതാണെന്നാണ് അപ്പൂപ്പൻ വിശ്വസിക്കുന്നത്.

വീടുതന്നെ ഒരു 'ജിം' ആക്കി മാറ്റാമെന്ന കായികാധ്യാപകന്റെ വാക്കുകളുടെ പൊരുൾ അപ്പുവിന് ഇപ്പോഴാണ് മനസിലായത്.

സാറ് പറഞ്ഞത് ടി വി കണ്ടുകൊണ്ടിരിക്കുമ്പോൾപോലും വ്യായാമം ചെയ്യാമെന്നാണ്. ഇരുന്ന ഇരിപ്പിൽ കാലുകൾ നിവർത്തുകയും മടക്കുകയും ചെയ്യുക, അന്തരീക്ഷത്തിൽ സൈക്കിൾ ചവിട്ടുക എന്നിങ്ങനെ.

അമ്മൂമ്മയെ നോക്കി അപ്പൂപ്പൻ പറഞ്ഞു: "ഫ്രിഡ്ജ് വാങ്ങുന്നതിന് മുൻപ് നല്ല ചൂടുള്ള ഭക്ഷണം കിട്ടിയിരുന്നു. ബാക്കിവരുന്നതെല്ലാം സൂക്ഷിക്കാൻ ഒരു സൗകര്യം വന്നപ്പോൾ പഴയതുതന്നെ പുതുതാകുന്നു."

യന്ത്രങ്ങളുടെയും ഉപകരണങ്ങളുടെയും ആധിക്യം ജീവിതരീതികൾ തന്നെ മാറ്റി. ഗുണപരമായ മാറ്റങ്ങളോടൊപ്പം തന്നെ ചിലത് വിനാശകരവുമായി എന്നുപറയാതെ നിവൃത്തിയില്ല.

യന്ത്രങ്ങളില്ലാത്ത ഒരു ലോകത്തിലേക്ക് നമുക്ക് ഇനി ഒരു തിരിച്ചുപോക്ക് സാധ്യമല്ല തന്നെ. എങ്കിലും ഇതെല്ലാം ഓർത്തിരിക്കുന്നത് രസകരമായ ഒരനുഭവം തന്നെ എന്നാണ് കുട്ടികൾക്കെല്ലാം തോന്നിയത്.

15

വായു വിൽപ്പനയ്ക്ക്

നമ്മുടെ ലോകത്ത് നികുതി കൊടുക്കാതെ അനുഭവിക്കാൻ കഴിയുന്ന ഒരു വസ്തു ഇതുവരെ ശുദ്ധവായുവായിരുന്നു. പക്ഷേ അതിനും മാറ്റം വരികയല്ലേ എന്നാണപ്പൂപ്പൻ ചിന്തിക്കുന്നത്.

അന്തരീക്ഷ മലിനീകരണംകൊണ്ട് ശുദ്ധവായു ഇന്ന് എല്ലാ പ്രദേശങ്ങളിലും ലഭിക്കുന്നില്ല. വ്യാവസായീകരണം, ജനസംഖ്യാ വർധനവ്, ജീവിത രീതിമാറ്റം തുടങ്ങിയ കാരണങ്ങളാൽ നമ്മുടെ അന്തരീക്ഷം മലിനപ്പെട്ടുകൊണ്ടിരിക്കുന്നു.

പത്രത്തിൽ കണ്ട ഒരു പരസ്യം അപ്പുവിന്റെ മനസ്സ് അസ്വസ്ഥമാക്കി. ഒരാൾ ഒരു കടയിൽനിന്ന് ഒരു ചെറിയ ബോട്ടിൽ ഓക്സിജൻ വാങ്ങി ശ്വസിക്കുന്നതായിരുന്നു അത്.

"അപ്പൂപ്പാ, നമ്മളും ഇനി ഓക്സിജൻ ട്യൂബുകൾ വാങ്ങേണ്ടിവരുമോ?"

സംശയം അസ്ഥാനത്തല്ല. കാര്യങ്ങൾ ആ ദിശയിലേക്ക് തന്നെയാണ് നീങ്ങുന്നത്.

വ്യവസായങ്ങൾ ധാരാളമുള്ള രാജ്യങ്ങളിലാണ് അന്തരീക്ഷ മലീനികരണം ഇപ്പോൾ വലിയ പ്രശ്നമായിരിക്കുന്നത്.

വാഹനങ്ങളിൽനിന്നും പുറന്തള്ളുന്ന വിഷപ്പുക നമുക്കും ഭീഷണിയായിട്ടുണ്ട്.

നഗരങ്ങളിലെ വാഹനങ്ങൾ, വ്യവസായശാലകൾ തുടങ്ങി

യവയിൽനിന്ന് പുറന്തള്ളപ്പെടുന്ന സൾഫർ ഡൈ ഓക്സൈഡ്, നൈട്രജൻ ഓക്സൈഡുകൾ പോലുള്ള വിഷവാതകങ്ങൾ വായുവിൽ കലരുന്നു. വായുവിലെ നീരാവിത്തുള്ളികളുമായി ഇത് ചേർന്ന് സൾഫ്യൂറിക് അമ്ലത്തിന്റെയും നൈട്രിക് അമ്ലത്തിന്റെയും ചെറിയ കണികകളായിത്തീരുന്നു. മഴപെയ്യുമ്പോൾ ഈ അമ്ലത്തുള്ളികൾ മഴയിൽ കലരുന്നു. അങ്ങനെ മഴവെള്ളത്തിൽ വിഷംകലർന്ന് അമ്ലമഴ (Acid Rain) ആയിത്തീരുന്നു.

അമ്ലമഴ എന്നു കേട്ടിട്ടുണ്ടെങ്കിലും കുട്ടികൾക്ക് അപ്പൂപ്പന്റെ വിവരണം കേട്ടപ്പോഴാണതിന്റെ രസതന്ത്രം മനസിലായത്.

അമേരിക്ക, യൂറോപ്പ് എന്നിവിടങ്ങളിൽ ഇപ്പോൾ അമ്ലമഴ സാധാരണയായിട്ടുണ്ടത്രെ.

വൃക്ഷങ്ങൾപോലും നശിക്കാനിടയാകുന്ന അമ്ലമഴ മനുഷ്യജീവിതത്തിന് നേരെ ഉയർത്തുന്ന ഭീഷണി വിവരണാതീതമാണ്.

അന്തരീക്ഷത്തിന് രാജ്യാതിർത്തികൾ ബാധകമല്ലാത്തതിനാൽ ഇത് ഭാവിയിൽ ഏതു ലോകത്തെയും ബാധിക്കാം.

വ്യവസായങ്ങൾ നമുക്ക് ആവശ്യമാണെങ്കിലും അതിന്റെ ദൂഷ്യഫലങ്ങൾ പരമാവധി കുറയ്ക്കാനുള്ള ആവശ്യകതയിലേക്കാണ് ഇത് വിരൽ ചൂണ്ടുന്നത്.

മനുഷ്യരെയും മൃഗങ്ങളെയും സസ്യലതാദികളെയും ഒരേപോലെ കാത്തുസൂക്ഷിച്ചു പോരുന്ന പ്രകൃതിയെ നാം സംരക്ഷിക്കണമെന്ന പാഠമാണിത് നൽകുന്നത്.

പ്രകൃതി സംരക്ഷണത്തിന് നമുക്കെന്തെല്ലാം ചെയ്യാമെന്ന് നിങ്ങൾ കുട്ടികൾ തന്നെ ആലോചിച്ചു വഴി കണ്ടെത്തണമെന്ന് പറഞ്ഞുകൊണ്ട് അപ്പൂപ്പൻ സംസാരം നിർത്തി.

ചായക്കടകൾപോലെ വഴിയരികിലെല്ലാം ഓക്സിജൻ കുപ്പിയിലാക്കി വിൽക്കുന്ന കടകളുടെ ഒരു ലോകമാണ് അപ്പു മനസിൽ കണ്ടത്.

16

അപ്പൂപ്പന്റെ ഓണച്ചിന്തകൾ

നഗരത്തിൽ വസിക്കുന്ന അപ്പുവും ഉണ്ണിയും എല്ലാ കൊല്ലവും സ്കൂളിൽ ഓണാവധി ആകാൻ കാത്തിരിക്കും. കാരണം ഓണാവധി ഉല്ലാസപൂർവം അവർ ചെലവഴിക്കുന്നത് നാട്ടിലാണ്.

സദ്യവട്ടങ്ങളെക്കാളും അവർക്ക് പ്രിയം അപ്പൂപ്പൻ പറയുന്ന കാര്യമുള്ള കഥകളാണ്. പണ്ടത്തെ കാലവിശേഷങ്ങൾ മറ്റാരും അവർക്ക് പറഞ്ഞുകൊടുക്കാറില്ല.

തിരുവോണ തലേന്നുള്ള ഉത്രാടംനാളിലാണ് ഓണവിഭവങ്ങളൊരുക്കുന്നതിനുള്ള സാധനങ്ങൾ ശേഖരിക്കുന്നത്. ഒട്ടും സാവകാശമില്ലാതെ അങ്ങാടിയിലേക്ക് ആളുകൾ ഓടുന്നതിനെയാണ് 'ഉത്രാടപ്പാച്ചിൽ' എന്ന് വിശേഷിപ്പിക്കുന്നത്.

കുട്ടികൾ എത്തുന്നതിന് വളരെ മുൻപുതന്നെ അപ്പൂപ്പനും അമ്മൂമ്മയും ഒരുക്കങ്ങൾ തുടങ്ങിയിരുന്നു. കുട്ടികൾക്ക് ഓണക്കോടി വാങ്ങി. സദ്യവട്ടങ്ങൾക്കുള്ള മലക്കറികൾ എല്ലാം ഒരുക്കിവെച്ചു. മുറ്റത്തൊര് ഊഞ്ഞാൽ കെട്ടിയിട്ടു.

ഓണനാളിൽ അപ്പുവിനറിയേണ്ടത് അപ്പൂപ്പന്റെ ചെറുപ്പകാലത്തെ ഓണാഘോഷമാണ്. അപ്പൂപ്പന്റെ മനസിൽ തെളിയുന്ന ഓണക്കാഴ്ചകൾ ഇന്ന് മിക്കവാറും അന്യംനിന്നവയാണെങ്കിലും കുട്ടികൾക്ക് കേൾക്കാൻ കൗതുകമുണ്ട്.

ഓണത്തിന് കുലവെട്ടാൻ പാകത്തിൽ നട്ടുവളർത്തിയ നേന്ത്രവാഴകൾ. സദ്യവട്ടങ്ങളിൽ ഏറ്റവും പ്രധാനം നേന്ത്രക്കായകൊണ്ടുള്ള വിഭവങ്ങൾ. നേന്ത്രക്കായ കൊണ്ടുള്ള വറുത്തുപ്പേരി തിന്ന് കോന്ത്രൻ പല്ലുകൾ കൊഴിഞ്ഞുപോകുന്ന കുട്ടികൾ.

ഇന്നൊ. തമിഴ്നാട്ടിൽനിന്നും കർണാടകയിൽനിന്നും ലോറികളിൽ വന്നെത്തുന്ന പച്ചക്കറികൾ ക്യൂനിന്ന് വാങ്ങിക്കൊഴുപ്പിക്കുന്ന ഓണം.

"നോക്കൂ അപ്പൂപ്പാ നമ്മുടെ ഓണപ്പൂക്കളം. അഞ്ഞൂറുരൂപയുടെ പൂക്കളാണച്ഛൻ വാങ്ങിക്കൊണ്ടുവന്നത്. അതും മണിക്കൂറുകളോളം ക്യൂവിൽനിന്ന്."

"പണ്ട് ഓണപ്പൂക്കൾ ഇതൊന്നുമായിരുന്നില്ല മക്കളേ. കർണാടകത്തിൽനിന്നും ലോറിയിൽ വരുന്ന ജമന്തി, മല്ലിക ഒന്നും അക്കാലത്തുപയോഗിച്ചിരുന്നില്ല.

ഓണക്കാലത്ത് പത്ത് ദിവസവും കുട്ടികൾ കൂട്ടമായി പൂക്കൂടയുമെടുത്ത് ഗ്രാമത്തിലെ പറമ്പുകളിലും വഴിയോരങ്ങളിലും നടന്ന് ശേഖരിക്കുകയായിരുന്നു പൂക്കൾ.

ആ കൂട്ടായ്മയുടെ സൗഹൃദം ഇന്ന് നിങ്ങൾക്ക് നിഷേധിക്കപ്പെട്ടിരിക്കുന്നു.

കൂടുതൽ പൂക്കൾ ശേഖരിക്കുന്നവരുടെ വിജയാഹ്ലാദം ഒന്നു കാണേണ്ടതു തന്നെയാണ്.

പ്രകൃതിയും ഓണത്തിനായി അന്നൊരുങ്ങിയിരുന്നുവെന്നത് സത്യം. വർണവസന്തം ചാർത്തി നിന്നിരുന്ന പ്രകൃതിയുടെ അസുലഭദൃശ്യങ്ങൾ ഒരു നഷ്ടക്കാഴ്ചയായി.

ഭൂമിയെ സ്നേഹിച്ച ദേവാംഗനമാരാണ് പൂക്കളെന്ന് കവികൾ പാടിയിരുന്നതെത്ര ശരി."

നാട്ടുപൂക്കൾ എന്നാലെന്താണെന്നറിയാത്ത കുട്ടികളോട് അപ്പൂപ്പൻ പറഞ്ഞു.

"നോക്കൂ, ചെമ്പരത്തിയില്ലാത്ത വീടുകൾ പഴയകാല കേരളത്തിലില്ലായിരുന്നു. അതുപോലെ മന്ദാരം, തെറ്റി, കുടമുല്ല, ചേമന്തി, അരളി, നന്ത്യാർവട്ടം, ജമന്തി, നിത്യകല്യാണി, ആമ്പൽ, കനകാംബരം, ശംഖുപുഷ്പം, കൃഷ്ണകിരീടം, പിച്ചി, അശോകം, കണിക്കൊന്ന, നാലുമണിപ്പൂവ്, താമര, പാരിജാതം, ചെമ്പകം, തുളസി, തോട്ടവാഴ, ലില്ലിപ്പൂവ്, രാജമല്ലി, സൂര്യകാന്തി, താഴമ്പൂ, തുമ്പപ്പൂവ്, കോളാമ്പിപ്പൂവ്, കൊടുവേലി, വള്ളിത്തെറ്റി, കിങ്ങിണി

പ്പൂവ്, കാക്കപ്പൂവ്, പത്തുമണിപ്പൂവ്, നക്ഷത്രമുല്ല, കമ്മൽപ്പൂവ്, കൊറ്റിപ്പൂവ്, വാടാമല്ലി, കല്യാണസൗഗന്ധികം, കാശിത്തുമ്പ, നിശാഗന്ധി, കടലപ്പൂവ് എന്നിങ്ങനെ നിരവധി നാട്ടുപൂക്കൾ നമുക്കുണ്ടായിരുന്നു.

എന്നിട്ടും ഓണപ്പൂക്കളമൊരുക്കാൻ അന്യസംസ്ഥാനങ്ങളിൽനിന്നും വരുന്ന പൂവണ്ടികൾക്കായി നാം കാത്തിരിക്കുന്നു.

നമ്മുടെ നാടൻപൂക്കൾ കിട്ടാക്കനിയായതെങ്ങനെ? കുട്ടികളേ നിങ്ങൾ ആലോചിച്ച് ഉത്തരം കണ്ടെത്തുക."

ഈ സമയത്ത് അമ്മൂമ്മ ഇടപെട്ട് കുട്ടികളോട് പറഞ്ഞു: "രാത്രിമാത്രം വിടരുന്ന അനന്തശയനം എന്ന ഒരു ചെടി നമ്മുടെ തോട്ടത്തിലുണ്ട്. അനന്തശയനത്തിന് പൂവുണ്ടായാൽ അത് വിടരുന്നത് രാത്രിയിലാണ്. പന്ത്രണ്ട് മണിയോടെ പൂർണമായി വിടർന്ന് കഴിഞ്ഞാൽ പിന്നീട് കൂമ്പിത്തുടങ്ങുന്നു."

"രാത്രി ഉറക്കമൊഴിച്ചിരുന്ന് നമ്മളത് കാണും" എന്ന് ഉണ്ണി തറപ്പിച്ച് പറഞ്ഞു.

പൂക്കളില്ലായിരുന്നെങ്കിൽ നമ്മുടെ ലോകം എത്ര വിരസമായിരിക്കും. നമ്മുടെ കഥകളും കവിതകളും എത്രമേൽ ശുഷ്കമായിത്തീർന്നേനെ.

ഒരു വീണപൂവിനെ നോക്കി മഹാകവി കുമാരനാശാൻ കണ്ടെത്തുന്ന പ്രാപഞ്ചിക സത്യങ്ങളെത്ര ഉദാത്തം.

17

വംശനാശം വന്ന ടെലിഗ്രാഫ്

നഗരക്കാഴ്ചകൾ കണ്ടുകൊണ്ട് നടക്കുകയായിരുന്നു അപ്പുവും സഹോദരന്മാരും. ഉണ്ണിയുടെ ദൃഷ്ടിയിൽപ്പെട്ട ഒരു ബോർഡിനു മുന്നിൽ അവൻ കുറച്ചുനേരം നിന്നു. ടെലഗ്രാഫ് സെന്റർ എന്നാണ് ബോർഡ്. പക്ഷേ അത് പൂട്ടിക്കിടക്കുകയാണ്.

എന്താണീ ടെലഗ്രാഫ് എന്നാണവർ പരസ്പരം ചോദിച്ചത്.

വീട്ടിലെത്തിയപ്പോൾ അപ്പൂപ്പനാണ് ടെലഗ്രാഫിന്റെ ചരിത്രം അവർക്ക് മുന്നിൽ തുറന്നുവെച്ചത്.

പത്തൊമ്പതാം നൂറ്റാണ്ടിൽ ബ്രിട്ടീഷുകാർ നടപ്പിലാക്കിയ ഭരണപരിഷ്കാരങ്ങളിൽ ഏറ്റവും പ്രധാനപ്പെട്ടത് തപാൽ സമ്പ്രദായവും ടെലഗ്രാഫും ആയിരുന്നു.

പഴയ അരഅണ വിലയുള്ള (ഇന്നത്തെ മൂന്നു നയാപൈസ) പോസ്റ്റ്കാർഡിൽ ഇന്ത്യയിലെവിടെയും എഴുത്തയക്കാമായിരുന്നു. ഭിക്ഷക്കാരുപോലും ഇപ്പോൾ അഞ്ചും പത്തും നയാപൈസ വാങ്ങില്ല എന്നതു മറ്റൊരു കാര്യം. ക്രയവിക്രയത്തിലും ചെറിയ നയാപൈസകൾ കാണാനില്ല.

പഴയകാലത്തെ കമ്പി ആഫീസുകൾ ജനജീവിതത്തിന്റെ പ്രധാനഘടകമായിരുന്നു. സന്തോഷവും സന്താപവും എല്ലാം അറിയിച്ചിരുന്നത് ടെലിഗ്രാം മുഖേനയാണ്.

കമ്പിയടിക്കുക എന്നാണ് മലയാളത്തിൽ പ്രയോഗം.

കമ്പിയാപ്പീസുകളുടെ അടുത്തുകൂടി പോകുമ്പോൾ ഒരു ചെറിയ യന്ത്രം കട്, കട് കട് കട്ട്, കട് എന്നീ ശബ്ദം പുറപ്പെടുവിക്കുന്നത് കേൾക്കാമായിരുന്നു.

മോർസ് എന്നൊരാൾ കണ്ടുപിടിച്ചതിനാൽ മോർസ്കോഡ് എന്നാണീ വിദ്യ അറിയപ്പെട്ടത്.

പ്രത്യേക ഫോറത്തിൽ സന്ദേശങ്ങൾ എഴുതി നൽകിയാൽ അതിന്റെ നിരക്കിനനുസരിച്ചുള്ള പണംകൊടുക്കണം. വാർത്തകളും സന്ദേശങ്ങളും ഏറ്റവും വേഗത്തിലെത്തിക്കാനുള്ള ഏക മാർഗം പണ്ട് ടെലിഗ്രാം വഴിയായിരുന്നു.

പരിണാമചക്രത്തിൽ ദിനോസറുകൾക്ക് വംശനാശം സംഭവിച്ചതുപോലെയാണ് ടെലിഗ്രാഫിന്റെയും കഥ.

ടെലിഫോണറപ, മൊബൈൽ ഫോൺ, ഫാക്സ്, ഇന്റർനെറ്റ്, ഇ–മെയിൽ തുടങ്ങിയ നവീന മാർഗങ്ങൾ പ്രചാരത്തിലായതോടെ ടെലിഗ്രാമിന് പ്രസക്തി നഷ്ടപ്പെട്ടു.

ടെലിഗ്രാം അഥവാ കമ്പിയെക്കുറിച്ച് എത്രയെത്ര കഥകളാണ് പ്രചാരത്തിലുണ്ടായിരുന്നത്.

ഏതെങ്കിലും ഒരു വീട്ടിൽ കമ്പി ശിപായി എത്തിയാൽ ഗ്രാമീണർ മുഴുവൻ അവിടെ ഓടിയെത്തുന്ന പതിവുമുണ്ടായിരുന്നു. ചിലപ്പോൾ ഒരു കൂട്ടക്കരച്ചിലുമുണ്ടാകും.

ഉള്ളടക്കം അറിയുന്നതിന് മുമ്പുതന്നെ ആളുകളുടെ ഉൽക്കണ്ഠയും വെപ്രാളവും വർധിച്ച തോതിലാകും. ഇംഗ്ലീഷറിയുന്ന ആളുകളുടെ അഭാവവും പ്രശ്നങ്ങൾ സൃഷ്ടിച്ചിരുന്നു.

ഭൂരിപക്ഷം കമ്പികളും മരണവാർത്തയും അപകടസ്ഥിതിയിലായ ആരോഗ്യനിലയും അറിയിക്കുന്നതും ആയിരിക്കും. പ്രത്യേകിച്ചും സൈനിക സേവനം നടത്തുന്നവരുടെ വീടുകളിൽ.

വിവാഹം, ജന്മദിനം, പരീക്ഷാവിജയം, ജനനം, ഉദ്യോഗലബ്ധി, എന്നിവയും ആശംസാരൂപങ്ങളിൽ കമ്പികളിൽക്കൂടി എത്തിച്ചേർന്നു.

പണ്ടുകാലത്ത് ഒരു യജമാനൻ തന്റെ മണ്ടൂസ് ഭൃത്യനോട് കമ്പിയടിക്കാൻ ഏൽപ്പിച്ചപ്പോൾ അവനൊരു വടിയെടുത്ത് ടെലിഗ്രാഫ് തൂണിനടിച്ചതായി ഒരു കഥ പ്രചരിച്ചിരുന്നു.

ഓരോ വാക്കിനും പ്രത്യേകമായ കള്ളികളുള്ള ടെലഗ്രാം ഫോറം പൂരിപ്പിക്കുകയും ചെയ്യുന്നതിന് ചിലപ്പോൾ പ്രശ്നങ്ങളുണ്ടാകും. തന്റെ ചെറുപ്പകാലത്ത് കേട്ട ഒരു തമാശക്കഥയും

അപ്പൂപ്പൻ വിവരിച്ചു.

ഗ്രാമീണനായ ഒരു വൃദ്ധൻ കമ്പിയാഫീസിൽച്ചെന്ന് മകൾ പെൺകുട്ടിയെ പ്രസവിച്ച വിവരം അകലെയുള്ള തന്റെ ജാമാതാവിനെ അറിയിക്കാൻ ഇംഗ്ലീഷ് പരിജ്ഞാനം കമ്മിയായ ഒരു ചെറുപ്പക്കാരനെ ഏൽപ്പിച്ചു. ഇംഗ്ലീഷിൽ അയാൾ ഇങ്ങനെയാണ് എഴുതിയതത്രെ.

Daughter Delivered, Boy is a girl.

കുട്ടി പെണ്ണാണ് എന്ന് വൃദ്ധൻ പറഞ്ഞതാണ് ആംഗലത്തിൽ ഇങ്ങനെ പ്രത്യക്ഷപ്പെട്ടത്.

ഈ സന്ദേശമുണ്ടാക്കിയ പൊല്ലാപ്പ് പറയേണ്ടതില്ലല്ലൊ.

പിന്നീട് ആശംസാ വാചകങ്ങൾക്ക് പ്രത്യേക കോഡുകളായി. വെറും കോഡ് നമ്പർ എഴുതിയാൽ മതി.

പക്ഷേ എന്തുകാര്യം. മൊബൈൽ യുഗത്തിൽ കമ്പിയാപ്പീസിന് നിലനിൽപ്പില്ലാതായി.

റേഷൻ കാർഡില്ലാത്തവനും മൊബൈൽ കൈവശമുണ്ടാകും. എസ് എം എസ് എന്ന ലഘുസന്ദേശങ്ങൾ പ്രചുരപ്രചാരം നേടി.

ഒരു നൂറ്റാണ്ടിലധികം കാലം ജനജീവിതത്തിലും ഭരണരംഗത്തും സുപ്രധാനവും നിർണായകവുമായ സംഭവങ്ങൾക്ക് സാക്ഷ്യംവഹിച്ച കമ്പിയില്ലാക്കമ്പി വിസ്മൃതിയിലായി.

പഴയകാല നാടകസിനിമാരംഗങ്ങളിൽ കടന്നുവരുന്ന കമ്പിശിപായി ഒരു കഥാപാത്രം തന്നെയായിരുന്നു. തന്റെ ജോലി നിർവികാരനായി നിർവഹിച്ചയാൾ രംഗമൊഴിയുന്നു.

ടെലഗ്രാഫ് കുടുംബത്തിലെ മറ്റൊരംഗമായ എഴുത്തുകൾക്കും ഇതേ ഗതിതന്നെയാണുണ്ടാകാൻ പോകുന്നത്. നൂറുകണക്കിന് സ്വകാര്യ കൊറിയർ സർവീസുകൾ എഴുത്തുകളും പാർസലുകളും തപാൽ വകുപ്പിനു പകരം ഇന്നു കൈകാര്യം ചെയ്യുന്നു.

മണിഓർഡറുകൾക്ക് പകരം ഇ–മണിഓർഡറും മണിട്രാൻസ്ഫറും പ്രചാരത്തിലായി.

പ്രത്യേക യൂണിഫോമും കുടയും ബാഗുമായി കടന്നുവരുന്ന പോസ്റ്റുമാൻ ഇനി എത്രകാലം ഉണ്ടാകുമെന്ന് പറയാൻ വയ്യ.

ഇ–മെയിലും ഫാക്സും ഗ്രാമങ്ങളിൽപ്പോലും താവളമുറപ്പിച്ചു കഴിഞ്ഞു.

18

അനാഥനായ ഉരൽ

വെക്കേഷൻകാലത്ത് തറവാട്ടിൽ എത്തിയാൽ കുട്ടികൾ വീട്ടിലെ എല്ലാ മുറികളിലും കയറിയിറങ്ങുക പതിവാണ്. കാരണം നഗരത്തിൽ അവരുടെ ഫ്ളാറ്റിൽ രണ്ടുമുറിയും അടുക്കളയും മാത്രമല്ലെയുള്ളൂ.

അങ്ങനെയുള്ള പതിവു സഞ്ചാരത്തിലാണ് സ്റ്റോർമുറിയിൽ കൂട്ടിയിട്ട സാധനങ്ങൾക്കിടയിൽ മരംകൊണ്ടുണ്ടാക്കിയ ഒരു വസ്തു കണ്ടെത്തിയത്.

അവരിതുവരെ അത്തരമൊരു സാധനം കണ്ടിട്ടേയില്ല. സംശയനിവാരണത്തിനായി അപ്പൂപ്പനെ സമീപിച്ചപ്പോഴാണ് ഉരൽ ആണത് എന്ന് പറഞ്ഞത്.

കാർഷിക സമൃദ്ധമായ പഴയകാലത്ത് എല്ലാ വീടുകളിലും ഉരൽ ഉണ്ടായിരുന്നു. ചില വീടുകളിൽ ഒന്നിലധികം മരംകൊണ്ടുണ്ടാക്കിയ ഉലക്ക ഉപയോഗിച്ചാണ് ധാന്യങ്ങൾ പൊടിക്കുകയും ഇടിക്കുകയും ചെയ്തിരുന്നത്.

മുഖ്യമായും നെല്ല് കുത്താനാണ് ഉരൽ ഉപയോഗിച്ചിരുന്നത്. ഇടിച്ചും പൊടിച്ചും ഔഷധങ്ങൾ ഉണ്ടാക്കാനും ഉരൽ അത്യാവശ്യമായിരുന്നു. അമ്പലങ്ങളിലും ധനികഗൃഹങ്ങളിലും ഉരൽ ഉപയോഗിക്കുന്നതിന് പ്രത്യേക സ്ത്രീജോലിക്കാരെ നിയമിച്ചിരുന്നു. അവരാണ് ഉരൽപ്പുര നാരികൾ.

റൈസ്മില്ലുകളും ഫ്ളോർമില്ലുകളും സ്ഥാപിതമായതോടെ ഉരലിന്റെ ഉപയോഗം കുറഞ്ഞുവന്നു. പിന്നീട് മിക്സികളും ഗ്രൈൻഡറുകളുംകൂടി അടുക്കള കയ്യടക്കിയതോടെ ഉരൽ അനാഥമായി.

ഉരൽ ഉപയോഗിച്ചിരുന്ന കാലത്ത് സ്ത്രീകൾക്ക് അത് നല്ല ശരീരവ്യായാമം പ്രദാനംചെയ്തിരുന്നു. വൈദ്യുതിച്ചാർജും ലാഭം.

ഉരലിൽ നെല്ല് കുത്തിയെടുക്കുമ്പോൾ ലഭിക്കുന്ന തവിട് സ്ത്രീകൾ ഭക്ഷിച്ചിരുന്നു. തവിടിലുള്ള ചില വസ്തുക്കൾ നല്ല ആരോഗ്യം നൽകി. ഇന്ന് നാം കടയിൽനിന്നും അരി വാങ്ങുന്നതിനാൽ തവിട് ലഭിക്കുന്നില്ലെങ്കിലും ശാസ്ത്രജ്ഞർ ചൂണ്ടിക്കാണിക്കുന്നത് തവിടിലെ Riboflevin ആരോഗ്യദായകമാണെന്നാണ്.

ഗ്രാമീണ വാർത്താവിനിമയ കേന്ദ്രമായും ഉരൽപ്പുരകൾ വർത്തിച്ചു.

നെൽകൃഷിതന്നെ ആളുകൾ ഉപേക്ഷിച്ചതോടുകൂടി ഉരലും ഉലക്കയും ചരിത്ര സ്മാരകങ്ങളായി. എങ്കിലും നമ്മുടെ പഴഞ്ചൊല്ലുകളിൽ ഇവർ ജീവിക്കുന്നു.

"ഉരൽ മദ്ദളത്തോട് പരാതി പറയുംപോലെ" എന്ന പഴഞ്ചൊല്ല് ഇന്നുമുണ്ടല്ലോയെന്നാണ് ഉണ്ണി ഓർത്തത്.

"ഒരുമയുണ്ടെങ്കിൽ ഉലക്കമേലും കിടക്കാം", "ഉരൽ നക്കിയവന്റെ ചിറി നക്കിയവൻ", "ഒന്നേയുള്ളുവെങ്കിൽ ഉലക്ക കൊണ്ടടിക്കണം" എന്നും പഴഞ്ചൊല്ലുകളുണ്ടെന്ന് അപ്പുവും കൂട്ടിച്ചേർത്തു.

യന്ത്രവൽക്കരണം കായികാധ്വാനവും സമയവും ലാഭിക്കാനുതകുമെങ്കിലും ജീവിതരീതിയെ അതു പ്രതികൂലമായി ബാധിക്കുന്ന കാര്യവും വിസ്മരിച്ചുകൂടാ എന്നാണ് കുട്ടികളോട് അപ്പൂപ്പന് പറയുവാനുണ്ടായിരുന്നത്.

19

ദന്തസംരക്ഷണം ഒരു വ്യവസായം

ഒരുദിവസം സൂപ്പർമാർക്കറ്റിൽ അപ്പൂപ്പനോടൊപ്പം ചെന്ന കുട്ടികൾ പേസ്റ്റുകൾ നിരത്തിവെച്ച സ്ഥലത്തെത്തി ചിന്തിച്ച് നിൽപ്പായി. ടൂത്ത്പേസ്റ്റുകളുടെ ബാഹുല്യം കണ്ട് ഏതെടുക്കണമെന്നാണവർ ചിന്തിച്ചത്.

അപ്പൂപ്പന്റെ അഭിപ്രായം ആരാഞ്ഞ കുട്ടികളോട് അദ്ദേഹം പറഞ്ഞത് ഇപ്രകാരം:

"എന്റെ കുട്ടിക്കാലത്ത് ദന്തശുചീകരണത്തിനുപയോഗിച്ചത് ഉമിക്കരി. ചിലർ ഉമിക്കരിയോടൊപ്പം ഉപ്പും കുരുമുളകും പൊടിച്ചു ചേർത്തിരുന്നു. പഴുത്ത മാവില, വേപ്പിൻ കോൽ എന്നിവയും ഉപയോഗത്തിലുണ്ടായിരുന്നു."

പഴുത്ത മാവിന്റില കൊണ്ടു തേച്ചാൽ
പുഴുത്തപല്ലും കളഭം മണക്കും.

ചെറുപ്പത്തിലെ കേട്ടുപഠിച്ച വരികൾ അപ്പൂപ്പൻ ഇപ്പോഴും മറന്നിട്ടില്ല.

പ്രാചീന ആയുർവേദ ഗ്രന്ഥങ്ങളിലെല്ലാം തന്നെ ദന്തരോഗങ്ങളെക്കുറിച്ചും ചികിത്സാരീതികളെക്കുറിച്ചും പരാമർശങ്ങളുണ്ട്.

ബി സി ഒന്നാം ശതകത്തിൽ വിരചിതമായ വിശ്രുതഗ്രന്ഥമായ *ചരകസംഹിത*യിൽ ദന്തസംരക്ഷണത്തിന് വലിയ പ്രാധാന്യം നൽകിയിട്ടുണ്ട്. ദിവസേന രണ്ടുനേരം പല്ലു തേയ്ക്കണമെന്നും ഇതിന് തലചതച്ചതും ചവർപ്പോ എരിവോ കയ്പോ ഉള്ളതുമായ മരച്ചില്ല ഉപയോഗിക്കണം എന്നാണ് രേഖപ്പെടുത്തിയിട്ടുള്ളത്.

ദന്തസംരക്ഷണത്തിനു പുറമെ *സുശ്രുതസംഹിത*യിൽ വായ യുമായി ബന്ധപ്പെടുന്ന അറുപത്തി ഏഴ് രോഗങ്ങളെക്കുറിച്ചും വിവരിക്കുന്നുണ്ട്.

വാഗ്ഭടന്റെ *അഷ്ടാംഗഹൃദയം* എന്ന പ്രസിദ്ധ ആയുർവേദ ഗ്രന്ഥത്തിലും ദന്തരോഗങ്ങളെക്കുറിച്ചും അവയ്ക്കുള്ള ചികി ത്സാരീതികളും വിവരിക്കുന്നു.

ഏറ്റവും ശ്രദ്ധേയമായ കാര്യം, ഇന്ത്യയിലേതുപോലെ പ്രാചീ നമായ ദന്തചികിത്സാ വിജ്ഞാനം ലോകത്ത് മറ്റൊരിടത്തും രേഖ പ്പെടുത്തിയിട്ടില്ല എന്നുള്ളതാണ്.

ബ്രിട്ടീഷുകാരുടെ വരവോടെയാണ് ഇന്ത്യയിൽ ആധുനിക ദന്തചികിത്സ ആരംഭിച്ചത്. ദന്തവൈദ്യ വിദ്യാഭ്യാസം ഇന്ത്യയിൽ തുടങ്ങിയത് 1920 ലാണ്.

ഡോക്ടർ ആർ അഹമ്മദ് കൽക്കത്തയിൽ ആദ്യത്തെ ദന്തൽ കോളേജ് സ്ഥാപിച്ചു.

പഴയ ഉമിക്കരിയും മാവിലയും ഇന്ന് വിസ്മൃതമായി. പകരം വിവിധ കമ്പനികൾ നിർമിച്ച് പരസ്യങ്ങളുടെ അകമ്പടിയോടെ മാർക്കറ്റിലെത്തിക്കുന്ന വിവിധങ്ങളായ ടൂത്ത് പേസ്റ്റുകൾ, പൗഡ റുകൾ, വിവിധതരം ബ്രഷുകൾ, നാക്ക്വടികൾ എന്നിവ ഗ്രാമ ങ്ങളെപ്പോലെ കീഴടക്കി.

രാസവസ്തുക്കൾ ചേർന്ന പേസ്റ്റുകൾ ആരോഗ്യത്തിന് അത്ര നല്ലതല്ലെന്ന ചിന്താഗതിയും ഇന്ന് ശക്തമാണ്.

അലോക് പേസ്റ്റ് വായിൽനിന്നും ഇറക്കുന്ന ഏർപ്പാടു ണ്ടെന്ന് ഉണ്ണി കണ്ടുപിടിച്ച കാര്യവും പറഞ്ഞു.

അവനോട് ഇനി അങ്ങനെ ചെയ്യാൻ പാടില്ലെന്ന് വിലക്ക ണമെന്ന് അപ്പുവിനും തോന്നി.

ആയുർവേദ മേഖലയും പേസ്റ്റുകളും പൗഡറുകളും നിർമിച്ച് രംഗത്തുണ്ട്.

ദന്തശുചീകരണത്തിന്റെ പ്രാധാന്യം ഇന്ന് ലോകം അംഗീ കരിക്കുന്നു. ചെറുപ്പത്തിൽത്തന്നെ കുട്ടികളെ ബോധവാന്മാരാ ക്കേണ്ടുന്ന ഒരു കാര്യമാണിത്.

വൃത്തിയുള്ള പല്ലുകൾ വ്യക്തിത്വത്തിന്റെ മാറ്റ് കൂട്ടുന്നു. മാവിലയുടെയും വേപ്പിൻ തണ്ടിന്റെയും ഔഷധമൂല്യം നാം ഇന്ന് തിരിച്ചറിയുന്നു.

അപ്പൂപ്പൻ മനസിലോർത്തത് പണ്ട് പ്രൈമറിസ്കൂളിലെ ശങ്ക രൻ മാസ്റ്റർ രാവിലെ ക്ലാസ് തുടങ്ങുമ്പോൾ തന്നെ ഇന്ന് പല്ലു തേക്കാത്ത കുട്ടികളുണ്ടോ എന്ന് അന്വേഷിച്ചിരുന്ന കാര്യമാണ്.

20

ദേശീയപതാക സിന്ദാബാദ്

അപ്പുവിന്റെ സ്കൂളിന്റെ മുറ്റത്ത് സ്ഥാപിച്ച പോസ്റ്റിൽ ആഗസ്ത് പതിനഞ്ചിനും ജനുവരി ഇരുപത്തി ആറിനും ദേശീയ പതാക ഉയർത്തുമ്പോൾ കുട്ടികളെല്ലാം കൂടിനിന്ന് പതാകവ ന്ദനം നടത്താറുണ്ട്.

എന്താണിതിന്റെ ചരിത്രമെന്ന് ചരിത്രാധ്യാപകനായിരുന്ന അപ്പൂപ്പനോട് ചോദിക്കണമെന്ന് ആ നേരങ്ങളിൽ മനസിൽ കരുതും.

ഒടുവിലതിന് അവസരം ലഭിച്ചത് നാട്ടിൽനിന്ന് ടി വി കണ്ടു കൊണ്ടിരിക്കെയാണ്.

ടി വിയിൽ പാർലമെന്റ് മന്ദിരം കാണിക്കുന്ന വേളയിൽ പാറിപ്പറക്കുന്ന ദേശീയപതാകയും കണ്ടു. തന്റെ മനസിലുള്ള സംശയം അപ്പോൾ തന്നെ അപ്പൂപ്പനോട് ചോദിച്ചു.

ഓരോ രാജ്യത്തിനും പ്രത്യേകം പ്രത്യേകം ദേശീയ പതാ കയുണ്ട്. രാജഭരണകാലത്തും പതാകകൾ ഉപയോഗിച്ചിരുന്നു.

ത്രിവർണ പതാകയാണ് ഇന്ത്യയുടെ ദേശീയപതാക. മുക ളിൽ കടുംകാവി നിറവും നടുവിൽ വെള്ളയും കീഴ്ഭാഗത്ത് പച്ചയുമാണ് നിറം.

ധീരതയെയും ത്യാഗത്തെയുമാണ് കാവിനിറം പ്രതിനി ധാനം ചെയ്യുന്നത്. വെള്ളനിറം സത്യത്തിന്റെയും സമാധാന ത്തിന്റെയും പ്രതീകമാണ്. പച്ചനിറം, വിശ്വാസം, അനുഭാവം എന്നിവയെ പ്രതിനിധീകരിക്കുന്നു.

രാഷ്ട്രത്തിന്റെ പരമാധികാരത്തെയും അന്തസിനെയും

പ്രതിനിധാനം ചെയ്യുന്നതാണ് ദേശീയ പതാക.

വെളുത്തഭാഗത്ത് നടുവിൽ നീലനിറത്തിൽക്കാണുന്ന ചക്രമാണ് ധർമചക്രം അഥവാ അശോകചക്രം.

മഹാനായ അശോകചക്രവർത്തി സ്ഥാപിച്ച സാരനാഥിലെ അശോകസ്തംഭത്തിൽനിന്നും സ്വീകരിച്ചതാണ് അശോകചക്രം. ദേശീയപതാകയിൽനിന്നും ഓരോ രാജ്യത്തിന്റെയും ചില ചരിത്രവസ്തുതകളും നമുക്ക് മനസിലാക്കാം.

സ്വാതന്ത്ര്യസമരകാലത്ത് ഇന്ത്യൻ നാഷണൽ കോൺഗ്രസ് കോൺഗ്രസ് സംഘടനയുടെ പതാക ഉപയോഗിച്ചിരുന്നു.

1947 ജൂലായ് 22–ാം തീയതിയാണ് ഭരണഘടനാ നിർമാണ അസംബ്ലി നാം ഇപ്പോഴുപയോഗിക്കുന്ന ദേശീയപതാക അംഗീകരിച്ചത്.

പ്രധാനപ്പെട്ട സർക്കാർ ഓഫീസുകളിൽ ദേശീയപതാക ഉയർത്തിക്കെട്ടാറുണ്ട്. ദേശീയപതാകയോട് അനാദരവ് കാണിക്കുന്നത് കുറ്റകരമാണ്.

പ്രധാന വ്യക്തികളുടെ ചരമത്തിൽ ദുഃഖസൂചകമായി ദേശീയപതാക പകുതി താഴ്ത്തിക്കെട്ടുന്നു.

ഇന്ത്യയുടെ ദേശീയപക്ഷി ഏതാണെന്നായിരുന്നു ഉണ്ണിക്കറിയേണ്ടത്.

ദേശീയപക്ഷി മയിൽ.

ദേശീയമൃഗം കടുവ.

ദേവനാഗരിയിൽ എഴുതിയ ഹിന്ദിയാണ് ഇന്ത്യയുടെ ഔദ്യോഗികഭാഷ.

ഇത്രയും കേട്ടുകഴിഞ്ഞപ്പോൾ കുട്ടികൾ അറ്റൻഷനായിനിന്ന് ടി വിയിൽ കണ്ടുകൊണ്ടിരുന്ന ദേശീയപതാകയ്ക്ക് ഒരു സല്യൂട്ട് നൽകി.

അപ്പൂപ്പൻ ഓർത്തത് മറ്റൊന്നായിരുന്നു.

പണ്ടുകാലത്ത് സിനിമാതീയേറ്ററുകളിൽ പ്രദർശനം കഴിഞ്ഞാൽ ദേശീയപതാക പ്രദർശിപ്പിച്ച് ദേശീയഗാനമാലപിക്കുന്ന പതിവുണ്ടായിരുന്നു.

പക്ഷേ പ്രദർശനം കഴിഞ്ഞാൽ ആളുകൾ അക്ഷമരായി പുറത്തേക്ക് പോവുകയാണ് പതിവ്. ഇതൊരനാദരവായി അപ്പൂപ്പന് അന്നേ തോന്നിയിരുന്നു.

എന്തായാലും ഇപ്പോൾ സിനിമാ തീയേറ്ററിൽ ഭാഗ്യവശാൽ ആ പരിപാടി കാണാറില്ല.

21

സുരേന്ദ്രനെ കടിച്ച പാമ്പ്

അപ്പൂപ്പന്റെ തറവാട്ട് വീട്ടിനടുത്തുവെച്ച് ഒരുദിവസം രാത്രി സുരേന്ദ്രനെ പാമ്പ് കടിച്ചു. ആൾ അപ്പൂപ്പന്റെ ഒരു ബന്ധുവും എന്തെങ്കിലും സഹായം ചെയ്തുകൊടുക്കുന്ന ആളുമാണ്. പരോപകാരിയായ ഒരു പാവമായിരുന്നു സുരേന്ദ്രൻ.

നാട്ടുകാരെപ്പോലെ കുട്ടികൾക്കും ഈ വാർത്ത കേട്ട് വലിയ വിഷമമായി. സുരേന്ദ്രനെ നാട്ടുകാർ ആശുപത്രിയിൽ കൊണ്ടുപോയ വിവരമറിഞ്ഞ് കുട്ടികൾ അപ്പൂപ്പനോട് പറഞ്ഞത് ആ പാമ്പുകളെയെല്ലാം കൊന്നുകളയണമെന്നായിരുന്നു.

പാമ്പുകളെ ആരാധിക്കുന്ന ആളുകളുമുണ്ടെന്ന് അപ്പു പറഞ്ഞുകേട്ടിട്ടുണ്ട്. കുട്ടികളെല്ലാം അപ്പൂപ്പന് ചുറ്റുംകൂടി. മൃഗശാലയിൽച്ചെന്നാൽപ്പോലും കുട്ടികൾ പാമ്പുകളെ നോക്കാറില്ല. എന്തോ ഒരു അറപ്പും വെറുപ്പും.

പാമ്പുകടി ഏൽക്കാതെ സൂക്ഷിക്കണമെന്നല്ലാതെ നിങ്ങൾ പാമ്പിനെ അങ്ങനെ ഭയപ്പെടേണ്ട കാര്യമൊന്നുമില്ലെന്ന് അപ്പൂ

പ്പൻ തറപ്പിച്ചു പറഞ്ഞു. നാഗാരാധന നടത്തിയവരായിരുന്നു നമ്മുടെ പൂർവികർ എന്നുമോർക്കണം. കുട്ടികൾക്കത് അവിശ്വസനീയമായി തോന്നിയതുകൊണ്ട് അപ്പൂപ്പൻ കുറച്ചുകൂടി വിശദീകരിച്ചു.

ഇന്ത്യയിലെ പ്രകൃത്യാരാധനയുടെ ഒരു ഭാഗമാണ് നാഗാരാധന. ഐതിഹ്യപ്രകാരം കാശ്യപന് കദ്രുവിൽ ജനിച്ച മക്കളാണ് സർപ്പങ്ങൾ. അനന്തൻ, വാസുകി, തക്ഷകൻ, കാർക്കോടകൻ, മഹാപത്മൻ എന്നിവരായിരുന്നു പ്രധാന സർപ്പങ്ങൾ.

പുരാണങ്ങളിലെ പല ദേവന്മാരും നാഗങ്ങളെ ആരാധിച്ചിരുന്നവരാണ്. ശിവന്റെ കണ്ഠാഭരണമായി നാഗത്തെയാണ് സങ്കൽപ്പിച്ചിരുന്നത്.

കേരളത്തിലും നാഗാരാധന പ്രസിദ്ധമാണ്. ക്ഷേത്രങ്ങളോടും പഴയ തറവാടുകളോടനുബന്ധിച്ചും സർപ്പക്കാവുകൾ സ്ഥാപിച്ചിരുന്നു. അവിടെ സന്ധ്യക്ക് വിളക്ക് കൊളുത്തുന്ന ഏർപ്പാടും ഉണ്ട്.

നൂറുംപാലും അഭിഷേകം ചെയ്യുക, പുള്ളുവന്മാരുടെ പാട്ട് നടത്തുക എന്നിവയായിരുന്നു ആരാധനാ രീതികൾ. പല ക്ഷേത്രങ്ങളുടെയും അരയാൽത്തറയിൽ നാഗവിഗ്രഹങ്ങൾ സ്ഥാപിച്ചതായിക്കാണാം.

നാഗക്ഷേത്രങ്ങൾ നിർമിച്ച് പൂജ നടത്തുന്ന പ്രധാന ഇല്ലങ്ങളാണ് മണ്ണാറശാലയും പാമ്പുമേക്കാട്ടില്ലവും.

സ്ത്രീ പൂജനടത്തുന്ന ഏകക്ഷേത്രവും മണ്ണാറശാലയില്ലത്താണുള്ളത്.

തുലാമാസത്തിലെ ആയില്യം നാളിലാണ് മണ്ണാറശാലയിൽ നാഗാരാധന നടത്തുന്നത്. ബംഗാളിലും നാഗപഞ്ചമി ഉത്സവം പ്രസിദ്ധമാണ്.

പാമ്പുകളെക്കുറിച്ചാണ് ഏറ്റവും കൂടുതൽ അന്ധവിശ്വാസങ്ങൾ നിലവിലുള്ളത്.

"പാമ്പിന്റെ പകപോലെ" എന്ന ചൊല്ലുതന്നെയുണ്ട്. ഇതിന് ശാസ്ത്രീയമായ തെളിവുക്കളൊന്നുമില്ല.

നമ്മൾ ഉപദ്രവിച്ചില്ലെങ്കിൽ, ചവിട്ടുകയോ മറ്റോ ചെയ്തില്ലെങ്കിൽ പാമ്പുകൾ ആരെയും കടിക്കില്ലെന്നാണ് വിശ്വസിക്കുന്നത്. അറിയാതെ ചവിട്ടുകയോ അടുത്ത് പോവുകയോ ചെയ്യുമ്പോഴാണ് കടിയേൽക്കുന്നത്.

പണ്ടുകാലത്ത് നാടൻ വിഷഹാരികളുടെ ചികിത്സ മാത്രമാണുണ്ടായിരുന്നത്. ഇന്ന് ആന്റിവെനം കുത്തിവെച്ച് ദംശനമേറ്റവരെ രക്ഷിക്കാൻ ആധുനിക വൈദ്യശാസ്ത്രത്തിന് കഴിയുന്നുണ്ട്.

കടിയേറ്റാൽ എത്രയുംവേഗം ചികിത്സ ലഭ്യമാക്കുക, ഭയപ്പെടാതിരിക്കുക എന്നതും പ്രധാനമാണ്.

നാഗാരാധന പ്രകൃതിയുടെ രക്ഷയ്ക്കായി തുടങ്ങിയ ഏർപ്പാടാണെന്ന് കാണാം. സർപ്പക്കാവുകൾ ഇന്ന് വളരെയധികം കൈയേറി നശിപ്പിക്കപ്പെട്ടിട്ടുണ്ട്. അവശേഷിക്കുന്ന കാവുകളിൽനിന്നും നമുക്ക് മനസിലാകുന്നത് അവ ജലസ്രോതസുകളായും ജൈവവൈവിധ്യത്തിന്റെ സൂക്ഷിപ്പുകേന്ദ്രങ്ങളായും പക്ഷിമൃഗാദികൾക്ക് ജീവരക്ഷയ്ക്കുള്ള തുരുത്തുകളായും നിലനിൽക്കുന്നുവെന്നാണ്.

പാമ്പുകളിൽത്തന്നെ വിഷമുള്ളവയും ഇല്ലാത്തവയുമുണ്ട്. നമ്മുടെ നാട്ടിൽ സാധാരണ കണ്ടുവരുന്ന ചേര കർഷകന്റെ ബന്ധുവെന്നാണറിയപ്പെടുന്നത്. കാരണം എലികളെയും തവളകളെയും ഭക്ഷിച്ച് കൃഷിക്കാരനെ സഹായിക്കുന്നു എന്നതുതന്നെ.

വിഷപ്പാമ്പുകൾക്ക് എവിടെനിന്നാണ് വിഷം ലഭിക്കുന്നത് എന്നാണ് ഉണ്ണിക്കറിയാത്തത്.

അന്തരീക്ഷത്തിലുള്ള വിഷമാണവ സമാഹരിച്ചെടുക്കുന്നത്.

പാമ്പുകളെക്കുറിച്ച് കുട്ടികൾക്കുള്ള അമിതഭയം ഇല്ലാതാക്കുന്നതിനാണ് അപ്പൂപ്പൻ ഇത്രയും വിശദീകരിച്ചത്.

വഴിനടക്കുമ്പോഴും കളിക്കുമ്പോഴും പാമ്പുകളെ ചവിട്ടാതെ നോക്കണം.

രാത്രികാലങ്ങളിൽ വിളക്കില്ലാതെ പുറത്ത് നടക്കരുത്. കടിയേറ്റാൽ കൈക്കൊള്ളേണ്ടുന്ന ഫസ്റ്റ് എയിഡും കുട്ടികൾ പഠിച്ചിരിക്കണമെന്നും അപ്പൂപ്പൻ സൂചിപ്പിച്ചു.

നാഗർകോവിൽപോലുള്ള സ്ഥലനാമങ്ങൾപോലും സൂചിപ്പിക്കുന്നത് നാം ഒരുകാലത്ത് നാഗാരാധനയ്ക്ക് നൽകിയ പ്രാധാന്യത്തെയാണല്ലോ.

22

മറന്നുപോയ കേരളസദ്യ

നഗരത്തിൽനിന്നു ബർഗറും പനീർകറിയും ഇഷ്ടപ്പെട്ട ഭക്ഷണമായി കഴിച്ചിരുന്ന കുട്ടികളോട് ഒരുദിവസം അപ്പൂപ്പൻ പറഞ്ഞത് തനതായ കേരളീയ വിഭവങ്ങളുടെ മേന്മയെക്കുറിച്ചായിരുന്നു.

രുചികരമായ ആഹാരം പാകംചെയ്തു കഴിക്കുക എന്ന ശീലം പുരാതനകാലം മുതൽ തന്നെ ലോകത്തിൽ പ്രചാരത്തിൽ വന്നു. പാചകം ഇന്നൊരു കലയായി വളർന്നിരിക്കുന്നു.

പാചകകലകൾ അഭ്യസിപ്പിക്കുന്ന കലാലയങ്ങൾപോലും നിലവിൽ വന്ന കാലമാണിത്.

പ്രാചീന മനുഷ്യൻ കാട്ടുതീയിൽ വെന്തുകിട്ടിയ കിഴങ്ങുകളുടെ രുചി അറിഞ്ഞതിൽനിന്നായിരിക്കണം ഭക്ഷണം വേവിച്ചു കഴിക്കുന്ന ശീലം ആവിർഭവിച്ചത്.

ലോകത്തിൽ ഓരോ പ്രദേശത്തും വ്യത്യസ്തങ്ങളായ ഭക്ഷണപദാർഥങ്ങളാണ് തയാറാക്കി വരുന്നത്. വ്യഞ്ജനങ്ങളുടെയും സുഗന്ധദ്രവ്യങ്ങളുടെയും മസാലകളുടെയും ഉപയോഗമാണ് പണ്ടുമുതൽ തന്നെ ഇന്ത്യൻ ഭക്ഷണപദാർഥങ്ങളെ സ്വാദിഷ്ഠമാക്കിയിരുന്നത്.

വിദേശികളെ ഇന്ത്യയിലേക്കാകർഷിച്ചതും നമ്മുടെ സുഗന്ധദ്രവ്യങ്ങൾ തന്നെ.

കുരുമുളക്, ഇഞ്ചി, മഞ്ഞൾ, ഉള്ളി, കറിവേപ്പില, കടുക്, പച്ചമുളക്, ഉലുവ, മല്ലി, ജീരകം, പെരുംജീരകം, ജാതിക്ക, ഗ്രാമ്പൂ, ഏലക്കായ്, തുടങ്ങിയവയാണ് മുഖ്യമായും പാചകത്തിനുപയോഗിക്കുന്നത്.

പാചകകലയിലെ നിപുണത വലിയ ശ്രേഷ്ഠതയായിട്ടാണ് കണക്കാക്കിയിരുന്നത്. നളൻ, ഭീമസേനൻ എന്നിവരുടെ പാചകവൈദഗ്ധ്യം പുരാണപ്രസിദ്ധമാണല്ലോ. നളപാചകം എന്നൊരു ചൊല്ലുതന്നെയുണ്ട്.

നാലുകൂട്ടം കറികളും ചോറും എന്നാണ് കേരളീയ സദ്യകളെക്കുറിച്ചുള്ള വശേഷണം തന്നെ. കാളൻ, ഓലൻ, എരിശ്ശേരി, അവിയൽ, പച്ചടി, കിച്ചടി, കൂട്ടുകറി, സാമ്പാർ, പപ്പടം, ഉപ്പേരി, പഴം എന്നിവയാണ് പ്രസിദ്ധമായ കേരളീയ വിഭവങ്ങൾ.

ഇന്ത്യയിൽ വന്ന് ആധിപത്യം പുലർത്തിയ മുഗളന്മാരാണ് മാംസമുപയോഗിച്ചുള്ള വ്യത്യസ്തങ്ങളായ ഭക്ഷണപദാർഥങ്ങൾ പ്രചാരത്തിൽ വരുത്തിയത്.

മുഗൾ ബിരിയാണി, തന്തൂരി ചിക്കൻ എന്നിവ അപ്പുവിന് ഏറെയിഷ്ടപ്പെട്ടവ തന്നെ.

പാചകവിദ്യ ഇന്നൊരു പരിഷ്കൃത കലയായി മാറി. ഈ വിദ്യ പഠിപ്പിക്കുന്ന കോളേജുകളും കോഴ്സുകളും ധാരാളം ഉണ്ടായിക്കൊണ്ടിരിക്കുന്നു.

ഈ മേഖലയിൽ വലിയ ഗവേഷണങ്ങളും നടന്നുവരുന്നതോടൊപ്പം പാചകത്തിന് പുതിയതരം പാത്രങ്ങളും ഇലക്ട്രിക് ഓവനും മറ്റുമുണ്ടായി.

പണ്ട് ഉപയോഗിച്ചിരുന്ന വിറകിന് ക്ഷാമവുമുണ്ട്.

മാധ്യമങ്ങൾ പാചകവിദ്യയിൽ മത്സരങ്ങളും ഭക്ഷ്യമേളകളും സംഘടിപ്പിക്കുന്നു.

കേരളീയ സദ്യവട്ടങ്ങളെക്കുറിച്ച് കുഞ്ചൻനമ്പ്യാർ *രുക്മിണീ സ്വയംവരം* എന്ന കൃതിയിൽ നൽകുന്ന വിവരങ്ങൾ ഗൃഹാതുരത്വമുണർത്തുന്നു. നല്ലൊരു ഊണ് ഉണ്ടാക്കിയില്ലെങ്കിൽ അത് നമുക്കും നാടിനും ഹാനിവരുത്തുമെന്നാണ് കുഞ്ചൻ അക്കാലത്തെ ജനവിശ്വാസത്തെ വിലയിരുത്തിയത്. കവിയുടെ സദ്യവട്ടങ്ങൾ നമ്മെ കൊതിപ്പിക്കുന്നില്ലെന്ന് പറയാമോ?

നറുനെയ് ശർക്കര നേന്ത്രപ്പഴവും,
ചെറുപപ്പടവും പത്തിരിനൂറും

ആനച്ചുവടൻ പപ്പടമൊരു വക
തേനും നല്ലൊരു പഞ്ചാരപ്പൊടി
ചേനക്കറി ചില പച്ചടി കിച്ചടി
പാനകമൊരു വക നാരങ്ങാക്കറി
മാങ്ങാപ്പച്ചടിയിഞ്ചിപ്പച്ചടി
ചേനവറുത്തും പയറു വറുത്തും
ചക്ക പ്രഥമനടപ്രഥമൻ - വിധ—
മൊക്കെപ്പറയാൻ നേരം പോര.

23

പുടമുറി കല്യാണത്തിൽനിന്നും വീഡിയോ കല്യാണത്തിലേക്ക്

അപ്പൂപ്പൻ രാവിലെ കുളിച്ചൊരുങ്ങി വന്ന് കുട്ടികളോട് പറഞ്ഞു:

"നിങ്ങൾ എന്റെകൂടെ കല്യാണത്തിന് വരുന്നോ."

കുട്ടികൾക്ക് ഒരു കല്യാണച്ചടങ്ങിൽ പങ്കെടുക്കുവാൻ നല്ല താൽപ്പര്യമുണ്ടായിരുന്നു.

അപ്പൂപ്പനൊപ്പം ഹാളിലെത്തി അവർ സീറ്റുകളിൽ ഇരുന്നു. അപ്പുവിനറിയേണ്ടത് പഴയരീതികളിൽ നിന്നും ഇപ്പോൾ കല്യാണത്തിന് വന്ന മാറ്റങ്ങളാണ്.

അപ്പുവിന്റെ ചോദ്യം അപ്പൂപ്പനെ വർഷങ്ങൾക്ക് പിറകിലോട്ട് കൊണ്ടുപോയി. കാലം എന്തൊക്കെ മാറ്റങ്ങളാണ് വിവാഹച്ചടങ്ങുകളിൽ വരുത്തിയതെന്ന് ഓർക്കാൻ രസമുള്ള കാര്യമാണ്.

അമ്പതുവർഷങ്ങൾക്ക് മുമ്പ് കേരളത്തിൽ ഒട്ടുമിക്ക കല്യാണങ്ങളും നടന്നിരുന്നത് രാത്രി വധൂഗൃഹങ്ങളിൽ വെച്ചായിരുന്നു. അതിപ്പോൾ പകലായി.

അൽപ്പം ധനസ്ഥിതിയുള്ള വീടുകളിൽ ഗ്രാമഫോൺ പാട്ടുകൾ കല്യാണത്തിന് ഒരാഡംബരമായിരുന്നു.

സാരി പ്രചാരത്തിൽ വരുന്നതിന് മുൻപ് സ്ത്രീകൾ ഉടുത്തിരുന്നത് പുടവയായിരുന്നു. വിവാഹസമയത്ത് ഇന്ന് തളികയിൽ സാരി നൽകുന്നതിനു പകരം പുടവയാണ് വധുവിന്

നൽകിയിരുന്നത്. അതാണ് പുടമുറി കല്യാണം. താലികെട്ടുന്ന സമ്പ്രദായവും വ്യാപകമായിരുന്നില്ല.

നിലവിളക്കിനെ സാക്ഷിനിർത്തിയാണ് പുടവ നൽകുന്നത്. അതുകഴിഞ്ഞാൽ സദ്യയായി. വധൂഗൃഹത്തിൽ തന്നെ ചടങ്ങുകളെല്ലാം. അന്ന് വധൂഗൃഹത്തിൽ താമസിക്കുന്ന വരനും ബന്ധുക്കളും പിറ്റേദിവസമാണ് വരന്റെ വീട്ടിലേക്ക് വധുവുമായി മടങ്ങുന്നത്. അത് 'വെറ്റിലക്കെട്ട്' എന്നറിയപ്പെട്ടു.

വധു കൊണ്ടുപോകുന്ന വസ്തുക്കളിൽ കാരണവർക്കായി ഒരുകെട്ട് വെറ്റില നിർബന്ധം. ആചാരപരമായ ചടങ്ങുകളിൽ വെറ്റിലയ്ക്കും അടയ്ക്കക്കും പുകയിലയ്ക്കും പ്രമുഖ സ്ഥാനമുണ്ടായിരുന്നു.

ആരോഗ്യത്തിന് ഹാനികരം എന്നതിനാൽ ഇന്ന് വെറ്റിലമുറുക്ക് നിരുത്സാഹപ്പെട്ട ഒരു ശീലമാണെങ്കിലും വർഷങ്ങൾക്കു മുൻപ് സ്ത്രീപുരുഷന്മാർ വെറ്റിലമുറുക്ക് ശീലമാക്കിയിരുന്നു.

ക്രമേണ വിവാഹങ്ങൾ ക്ഷേത്രങ്ങളിലോ ഓഡിറ്റോറിയങ്ങളിലോ നടത്തുന്നത് പതിവായി. ഫോട്ടോഗ്രാഫിയിൽ വന്ന മാറ്റങ്ങളും ശ്രദ്ധേയമായി. വീഡിയോ ക്യാമറകളും ഡിജിറ്റൽ ക്യാമറകളുമാണ് ഇന്നത്തെ മുഖ്യ ആകർഷണം.

പഴയ തലമുറയ്ക്ക്, കല്യാണ ചടങ്ങുകൾ സശ്രദ്ധം വീക്ഷിക്കുക നിർബന്ധമാണ്. ചെറുക്കൻ താലികെട്ടുന്നത് കാണണം. പക്ഷേ ഇന്ന് വീഡിയോക്കാർ മത്സരിച്ച് വേദിയിൽ വേലികെട്ടിയപോലെ നിലയുറപ്പിക്കുന്നതിനാൽ ചടങ്ങുകൾ ഹാളിലുള്ളവർക്ക് നേരെചൊവ്വെ കാണാൻ കഴിയുന്നില്ല എന്ന ആക്ഷേപം സത്യമാണ്.

താലികെട്ടിനാണ് ഇന്നു ചടങ്ങുകളിൽ മുഖ്യസ്ഥാനം. കൂട്ടത്തിൽ മോതിരം അണിയിപ്പിക്കുന്നതും.

ഭക്ഷണം നൽകുന്നതിൽ പ്രാദേശികമായ വ്യത്യാസങ്ങൾ കാണാം. ചിലേടങ്ങളിൽ കല്യാണച്ചടങ്ങുകൾക്ക് മുൻപുതന്നെ ഭക്ഷണശാലയിൽ ഭക്ഷണവിതരണം ആരംഭിക്കുന്നു. ചില സ്ഥലങ്ങളിൽ ചടങ്ങുകൾക്ക് ശേഷമായതുകൊണ്ട് തിക്കും തിരക്കും പതിവാണ്.

ഇന്ന് ആളുകളുടെ ധനസ്ഥിതിക്കനുസരിച്ചുള്ള ഹാളുകളും ഭക്ഷണവുമാണ് നൽകുക. പഴയകാലത്ത് കല്യാണസദ്യയൊ

രുക്കുന്നത് കൂലി കൊടുത്തല്ല. നാട്ടുകാർ സൗമനസ്യത്തോടു കൂടി ദേഹണ്ഡം ചെയ്യുകയാണ് പതിവ്. ഇന്ന് പ്രത്യേകം തുക പറഞ്ഞുറപ്പിച്ചാണ് പാചകക്കാർ ജോലി ഏറ്റെടുക്കുന്നതുതന്നെ.

ആകാശത്തിലും വെള്ളത്തിന്റെയടിയിലും വെച്ച് ഇന്ന് ചില വിവാഹങ്ങൾ നടത്തുന്ന കൗതുകവാർത്തകൾ നിങ്ങൾ പത്രങ്ങളിൽ വായിച്ചുകാണും.

ചുരുക്കത്തിൽ, വിവാഹചടങ്ങുകൾ ചിലർക്കെങ്കിലും അവരുടെ സമ്പത്തും പ്രൗഢിയും വിളംബരം ചെയ്യാനുള്ള വേദിയായി മാറിക്കൊണ്ടിരിക്കുന്നു. സ്വർണാഭരണങ്ങളോടുള്ള പ്രിയവും വളരെ വർധിച്ചതായിക്കാണാം.

നമ്മുടെ ഈ കൊച്ചു കേരളത്തിൽ തന്നെ നാൾക്കുനാൾ വർധിച്ചു വരുന്നത് സ്വർണാഭരണങ്ങളാണ്. വെറുതെയല്ല സ്വർണവില കുതിച്ചുകയറുന്നത് എന്നാണ് ഇതുകേട്ടപ്പോൾ അപ്പു പാസാക്കിയ കമന്റ്.

ശ്രീനാരായണ ഗുരുവിനെപ്പോലുള്ള മഹാരഥന്മാർ ആർഭാടങ്ങൾക്കും അമിതാഘോഷങ്ങൾക്കും എതിരെ വർഷങ്ങൾക്ക് മുൻപുതന്നെ താക്കീത് നൽകിയതാണ്.

ലളിതജീവിതവും ഉയർന്നചിന്തയും വാക്കിൽ മാത്രമല്ല പ്രവൃത്തിയിലും പ്രകടമാക്കിയാലെ ആഡംബരങ്ങൾക്കും അമിതാഘോഷങ്ങൾക്കും ഒരറുതിയുണ്ടാവുകയുള്ളൂ.

24

വിഷുക്കൈനീട്ടം

വിഷുക്കണി കണ്ടുകഴിഞ്ഞാൽ അപ്പൂപ്പൻ എല്ലാവർക്കും കൈനീട്ടം നൽകുന്നു. പഴയകാലത്ത് ഒരുരൂപാ നാണയമാണ് നൽകാറെങ്കിലും ഇപ്പോൾ നൂറുരൂപവീതമാണ് കുട്ടികൾക്ക് നൽകിയത്.

കൈനീട്ടം കിട്ടുന്ന പണം സൂക്ഷിച്ചുവയ്ക്കണം. ഒരു വർഷത്തെ എല്ലാ ഐശ്വര്യങ്ങൾക്കും നിദാനം എന്നതാണ് വിശ്വാസം.

കുട്ടികൾക്ക് അറിയേണ്ടത് ഈ നാണയങ്ങൾ എങ്ങനെ, എപ്പോൾ ഉണ്ടായി എന്നാണ്.

സാധനങ്ങൾ കൈമാറ്റം ചെയ്തുവന്നിരുന്ന ബാർട്ടർ രീതി യെക്കുറിച്ച് അപ്പു പഠിച്ചിട്ടുണ്ട്.

ബാർട്ടർ സമ്പ്രദായത്തിൽനിന്നും അടുത്ത പടിയായാണ് ലോഹനാണയങ്ങളും തോൽനാണയങ്ങളും ഉപയോഗത്തിൽ വന്നത്. ആദ്യകാലത്ത് ഇടപാടുകൾക്ക് കവടി ഉപയോഗിക്കുന്ന സമ്പ്രദായവും ഇന്ത്യയിലുണ്ടായിരുന്നു.

നാണയങ്ങളിൽ ഭരണാധിപന്റെ ചിത്രം മുദ്രകുത്തുന്ന സമ്പ്ര ദായം ഗ്രീക്കുകാരാണ് ആരംഭിച്ചത്. പിന്നീട് ഇന്ത്യയിലും ഇത്തരം നാണയങ്ങൾ പ്രചാരത്തിലായി.

രാജഭരണ കാലഘട്ടത്തിൽ രാജ്യത്തിന്റെ സമ്പദ്സമൃദ്ധി

വിളംബരം ചെയ്യുന്നതിന് സ്വർണനാണയങ്ങൾ ഇറക്കുകയുണ്ടായി. ഗുപ്തരാജാക്കന്മാരുടെ സ്വർണനാണയങ്ങൾ നല്ല ഉദാഹരണമാണ്.

മതവിശ്വാസങ്ങളുടെ അടിസ്ഥാനത്തിൽ പക്ഷി, മരം, മത്സ്യം, സൂര്യൻ തുടങ്ങിയ ചിഹ്നങ്ങൾ ആദ്യകാലത്ത് നാണയങ്ങളിൽ മുദ്രണം ചെയ്തിരുന്നു.

അറബ്, ടർക്കിഷ്, മുഗൾ ഭരണാധികാരികളുടെ കാലത്ത് നാണയവ്യവസ്ഥ ശക്തമായി.

ഷേർഷ ചക്രവർത്തിയുടെ കാലത്താണ് 'റുപ്പിയ' എന്നു വിളിച്ചിരുന്ന വെള്ളിനാണയങ്ങൾ ഇറക്കിയത്. നാണയങ്ങൾ ഉണ്ടാക്കുന്ന സ്ഥലം 'കമ്മട്ടം' എന്നറിയപ്പെട്ടു.

1835 എ ഡി വരെ ഷേർഷ നടപ്പാക്കിയ നാണയവ്യവസ്ഥയാണ് ഇന്ത്യയിൽ നിലനിന്നിരുന്നത്.

യൂറോപ്യൻ കച്ചവടസംഘങ്ങളുടെ ആഗമനത്തോടെ ഇന്ത്യൻ നാണയവ്യവസ്ഥയിൽ വലിയ മാറ്റങ്ങളുണ്ടായി. കൊച്ചി രാജാവിൽനിന്നും അനുവാദം വാങ്ങി പോർച്ചുഗീസുകാർ ചെമ്പിന്റെയും വെള്ളിയുടെയും നാണയങ്ങളിറക്കി.

തുടർന്ന് ഡച്ച്, ഫ്രഞ്ച്, ഇംഗ്ലീഷ് എന്നീ വിദേശവ്യാപാരികളും അവരുടെതായ നാണയമിറക്കി. ബ്രിട്ടീഷ് ഭരണകാലത്ത് അണ, പൈ, കാലണ (മുക്കാൽ) അരയണ എന്ന രീതിയിൽ ഒരണയെ ഭാഗിക്കുകയും പതിനാറ് അണയ്ക്ക് ഒരുരൂപ എന്നു വ്യവസ്ഥ ചെയ്യുകയും ചെയ്തു.

വിക്ടോറിയ, എഡ്വേർഡ് ഏഴാമൻ, ജോർജ് അഞ്ചാമൻ, ജോർജ് ആറാമൻ എന്നിങ്ങനെ ബ്രിട്ടീഷ് ഭരണാധികാരികളുടെ പേരിലുള്ള നാണയങ്ങൾ ദീർഘകാലം നിലനിന്നു.

ബ്രിട്ടീഷ് ഇന്ത്യയിലെ സ്വതന്ത്ര രാജ്യങ്ങളും നാട്ടുരാജ്യങ്ങളും അവരുടെ നാണയങ്ങൾ അടിച്ചിറക്കിയിരുന്നു. കേരളത്തിന്റെ പൊതുനാണയം രാശി എന്നറിയപ്പെട്ടു.

കണ്ണൂരിലെ അറയ്ക്കൽ രാജാക്കന്മാരുടെ വെള്ളി നാണയം കണ്ണൂർ പണം എന്ന് വിളിക്കപ്പെട്ടു.

കൊച്ചിരാജാക്കന്മാരുടെ സ്വർണനാണയത്തിന് പണം എന്നായിരുന്നു പേര്. കൊച്ചിരാജ്യത്ത് തന്നെ പണത്തിന് പുത്തൻ എന്നു വിളിപ്പേരുണ്ടായിരുന്നു.

കോഴിക്കോട് സാമൂതിരിയുടെ നാണയം അനന്തരായൻപണം എന്ന പേരിലറിയപ്പെട്ടു.

തിരുവിതാംകൂറിന്റെ നാണയം ചക്രം. വീരരായൻപണം എന്ന ചെറിയ സ്വർണനാണയവും അവിടെ നടപ്പിലുണ്ടായിരുന്നു.

ഉണ്ണിക്കും പൊന്നുവിനുമറിയേണ്ടത് സ്വതന്ത്ര ഇന്ത്യയിലെ നാണയങ്ങളെക്കുറിച്ചാണ്.

1950 ആഗസ്ത് 15 നാണ് ഇന്ത്യയുടെ സ്വന്തം നാണയങ്ങൾ കമ്മട്ടം ചെയ്തത്. അശോകസ്തംഭം മുദ്രണം ചെയ്ത ഈ നാണയങ്ങൾ ഓടിലും ചെമ്പുനിക്കലിലും നിക്കലിലുമുള്ളതാണ്.

1957 ഏപ്രിൽ ഒന്നുമുതൽ ദശാംശ നാണയങ്ങൾ നിലവിൽ വന്നു. നൂറുപൈസ ഒരുരൂപ എന്നതാണ് രൂപാമൂല്യം അഥവാ നിരക്ക്.

ബോംബെ, കൽക്കട്ട, ഹൈദരാബാദ് എന്നിവിടങ്ങളിലാണ് ഇന്ത്യയുടെ കമ്മട്ടങ്ങൾ.

നിയമപ്രാബല്യമുണ്ടെങ്കിലും ഇപ്പോൾ ആരും ഉപയോഗിക്കാത്ത നാണയങ്ങളാണ് മൂന്ന്, അഞ്ച്, പത്ത് നയാപൈസകൾ. ഈ പൈസകൾ അസൽ വിദേശിയാണ്. നാണയ ദൗർലഭ്യം പരിഹരിക്കാനായി 1988 ൽ കനഡയിൽ നിർമിച്ച് ഇറക്കുമതി ചെയ്തതാണ് സ്റ്റെയിൻലസ് സ്റ്റീൽ നാണയങ്ങളായ 10 പൈസ, 25 പൈസ, 50 പൈസ എന്നിവ. തിരുവിതാംകൂറിൽ പഴയകാലത്ത് ചെറിയ പൊട്ടുപോലുള്ള തുട്ട് എണ്ണുന്നതിനായി പണപ്പലകയും ഉപയോഗിച്ചിരുന്നു. നാണയങ്ങളുടെ ചരിത്രം കേട്ട് സ്തബ്ധരായ കുട്ടികൾക്ക് അപ്പൂപ്പൻ ഒരു പഴയ നാടൻപാട്ടിന്റെ രണ്ടുവരികൾ പാടി.

ഇഞ്ചിയുണക്കിയാൽ ചുക്ക്
അയ്യഞ്ച് കൂട്ടിയാൽ പത്ത്.

അപ്പുവിന് കറൻസിയുടെ ചരിത്രംകൂടി അറിയണമെന്നുണ്ടായിരുന്നു. കറൻസിയുടെ ചരിത്രം പിന്നീട് എന്നുപറഞ്ഞ് അപ്പൂപ്പൻ വിശ്രമിക്കാൻ പോയി.

25

നെല്ലറയായിരുന്ന കേരളം

രാവിലെ പത്രത്തിലെ ഒരു ഫോട്ടോ കണ്ട് അപ്പു പറഞ്ഞു: ഇപ്പോൾ നമ്മുടെ ബഹുമാനപ്പെട്ട കൃഷിമന്ത്രി നെല്ല് വിളവെടുക്കാൻ ജയിൽവളപ്പിൽ പോയിരിക്കുന്നു.

കുട്ടിയുടെ സംശയം തീർക്കാൻ അപ്പൂപ്പൻ ഇങ്ങനെ പറഞ്ഞു: പഴയകാലത്ത് കേരളത്തിലെ മുഖ്യകൃഷി നെല്ല് തന്നെയായിരുന്നു. നെൽപ്പാടങ്ങൾ കേരളത്തിലെമ്പാടും ഉണ്ടായിരുന്നു. അതുകൊണ്ട് തന്നെ അരിക്ക് ക്ഷാമം നേരിട്ടിരുന്നില്ല.

കേരളത്തിൽ ഇപ്പോൾ അരിക്ക് വിലകൂടിയതും ഗവൺമെന്റ് ബംഗാൾ, ആന്ധ്ര തുടങ്ങിയ സംസ്ഥാനങ്ങളിൽനിന്നും ഇറക്കുമതി ചെയ്തതുമെല്ലാം കുട്ടികൾ പത്രങ്ങളിൽ വായിച്ചിട്ടുണ്ട്.

നെല്ലുൽപ്പാദനം പരമാവധി വർധിപ്പിക്കുന്നതിന് പ്രോത്സാഹനം നൽകാനാണ് ബഹുമാനപ്പെട്ട കൃഷിമന്ത്രി ജയിൽവളപ്പിൽ വിളവെടുപ്പ് ഉദ്ഘാടനം ചെയ്തത്.

പല കാരണങ്ങൾകൊണ്ടും നെൽകൃഷിയുടെ വ്യാപ്തി കൊല്ലംതോറും കേരളത്തിൽ കുറഞ്ഞുവരികയാണ്.

ലോകത്തിലെ ഏറ്റവും പഴക്കംചെന്ന കാർഷിക വിളകളിൽ ഒന്നാണ് നെല്ല്. നെല്ലിന്റെ ജന്മദേശം ഇന്ത്യയാണെന്ന് വിശ്വസിക്കപ്പെടുന്നു.

ഇന്ത്യയിലെ എല്ലാ സംസ്ഥാനങ്ങളിലും നെൽകൃഷിയുണ്ട്.

എങ്കിലും നെല്ലുൽപ്പാദനത്തിൽ രണ്ടാംസ്ഥാനമേ നമ്മുടെ രാജ്യത്തിനുള്ളൂ. ഒന്നാംസ്ഥാനം ചൈനയ്ക്കാണ്.

കൃഷിചെയ്യാൻ സാധാരണക്കാർക്ക് സ്ഥലം ഇല്ലാതിരുന്ന കാലത്ത് ജന്മിമാരുടെ കൈവശമുള്ള വനപ്രദേശങ്ങൾ വെട്ടിത്തെളിച്ച് കൃഷിയിറക്കുന്ന പതിവും പണ്ടുണ്ടായിരുന്നു.

ഭൂവുടമാവകാശത്തിനുവേണ്ടി നിരവധി സമരങ്ങൾ നടത്തി കൃഷിഭൂമി കൃഷിക്കാരന് സ്വന്തമായി ലഭിച്ച സംസ്ഥാനമാണ് കേരളമെങ്കിലും നെൽകൃഷിയിൽ ഇപ്പോൾ ആളുകൾ വലിയ താൽപ്പര്യം കാണിക്കുന്നില്ലെന്നതാണ് വാസ്തവം.

നാണ്യവിളകളോടുള്ള അമിത താൽപ്പര്യവും കേരളത്തിൽ നെൽകൃഷിയുടെ പ്രചാരത്തിന് വിഘാതമായി.

ജനജീവിതവുമായി അഭേദ്യമായി ബന്ധമുള്ള നെൽകൃഷിയെക്കുറിച്ച് നിരവധി പഴഞ്ചൊല്ലുകൾ വാമൊഴിയായി പ്രചാരത്തിലുണ്ടായിരുന്നു. പഴഞ്ചൊല്ലിൽ കുട്ടികൾക്ക് താൽപ്പര്യമുണ്ടായിരുന്നതുകൊണ്ട് അപ്പൂപ്പൻ അറിയാവുന്നതെല്ലാം വിശദമാക്കി.

ഉണ്ട ചോറിൽ മണ്ണിടരുത്.
ഉഴുതുണ്ണുന്നവനെ തൊഴുതുണ്ണണം.
മുളയിലറിയാം വിള.
കതിരിൽ വളം വെച്ചിട്ട് കാര്യമില്ല.
വിത്തു ഗുണം പത്തുഗുണം.
വിതച്ചതേ കൊയ്യൂ.
വാക്കിൽ പിഴയും നെല്ലിൽ പതിരും.
അരി എറിഞ്ഞാൽ ആയിരം കാക്ക.

പ്രബോധനപരമായ ഈ ചൊല്ലുകൾ കൃഷിയുമായുള്ള ബന്ധത്തെ സൂചിപ്പിക്കുന്നു.

അരിക്ഷാമം അനുഭവപ്പെട്ടതോടുകൂടി ഇപ്പോൾ കേരളത്തിൽ നെൽകൃഷി വ്യാപകമാക്കാനുള്ള തീവ്രശ്രമങ്ങൾ നടന്നുവരുന്നെന്നുള്ളത് ആശാവഹമാണ്. കോപ്പി എഴുതാൻ കുറെ പഴഞ്ചൊല്ലുകൾ കിട്ടിയ സന്തോഷമാണ് ഉണ്ണിക്ക്.

26

പഞ്ചതന്ത്രത്തിന്റെ തന്ത്രം

വർഷങ്ങളായി അപ്പൂപ്പന്റെ കഥകൾ കേട്ട് കുട്ടികൾക്ക് അപ്പൂപ്പനറിയാവുന്ന എല്ലാ കഥകളും അറിയും എന്നായി. *പഞ്ചതന്ത്രം കഥകൾ* കേൾക്കുമ്പോളെല്ലാം അപ്പുവിനുണ്ടാകുന്ന സംശയം സംസാരിക്കുന്ന മൃഗങ്ങളെക്കുറിച്ചായിരുന്നു. ഹാരി പോട്ടറുടെ കഥകൾപോലെ അതും അവർക്ക് രസകരമായി തോന്നിയിരുന്നു.

കഥകൾക്കുശേഷം അപ്പൂപ്പൻ പറയുന്ന സാരോപദേശങ്ങളായിരുന്നു അവരുടെ മനസിൽ തട്ടിയിരുന്നത്.

ഈ *പഞ്ചതന്ത്രം കഥകൾ* അപ്പൂപ്പന് എവിടെനിന്നാണ് ലഭിച്ചതെന്ന് അവരൊരു ദിവസം ചോദിച്ചു.

വിഷ്ണുശർമയെന്നൊരാളായിരുന്നു *പഞ്ചതന്ത്രം കഥകൾ* രചിച്ചത്. ലോകപ്രശസ്തമായ ബാലസാഹിത്യഗ്രന്ഥം.

ഇതിന്റെ രചനയുടെ പിന്നിലും ഒരു കഥയുണ്ട്.

പണ്ടുപണ്ട് അമരശക്തി എന്നൊരു രാജാവുണ്ടായിരുന്നു. നിർഭാഗ്യത്തിന് അദ്ദേഹത്തിന്റെ മക്കളെല്ലാം ബുദ്ധിശൂന്യരായിരുന്നു. ഒരുതരം മണ്ടൂസുകൾ.

രാജാവിന്റെ മക്കളല്ലേ, അവരെ അങ്ങനെ വിടാൻ പറ്റില്ലല്ലോ. അന്വേഷണങ്ങൾക്കൊടുവിൽ വിഷ്ണുശർമയെന്ന പണ്ഡിതനെക്കുറിച്ചറിഞ്ഞ രാജാവ് അദ്ദേഹത്തെ കൊട്ടാരത്തിൽ വരുത്തി.

കുട്ടികളുമായി ഇടപെട്ടപ്പോൾ അവരുടെ ബുദ്ധിയുടെ നിലവാരം വിഷ്ണുശർമയ്ക്ക് ബോധ്യപ്പെട്ടു.

നാളെ ഭരണാധികാരികൾ ആയിത്തീരേണ്ടവരല്ലേ. വിഷ്ണുശർമ ദീർഘാലോചനയിൽ മുഴുകി. ഒടുവിൽ ഒരു വഴി അദ്ദേഹത്തിന്റെ മനസിൽ തെളിഞ്ഞു. നീതിശാസ്ത്രവും ധർമതത്വങ്ങളും കഥകളിൽക്കൂടി പഠിപ്പിച്ചാൽ കുട്ടികൾ അറിവുള്ളവരാകുമെന്ന് തീർച്ചയാക്കി. സംസ്കൃതഭാഷയിലാണ് *പഞ്ചതന്ത്രം കഥകൾ* രചിക്കപ്പെട്ടത്. എങ്കിലെന്താ, പിന്നീട് ഇരുനൂറിലധികം വിവർത്തനങ്ങൾ ഈ ഗ്രന്ഥത്തിനുണ്ടായി.

അഞ്ചുതന്ത്രങ്ങളിലായിട്ടാണ് കഥകൾ മെനഞ്ഞത്. അതുകൊണ്ട് പഞ്ചതന്ത്രം എന്നറിയപ്പെട്ടു. ഒരുപക്ഷേ ഹാരിപോട്ടർ കഥകൾ അച്ചടിക്കുന്നതിന് മുൻപെ ലോകത്തിൽ ഏറ്റവും അധികം വായിക്കപ്പെട്ടിട്ടുള്ള ബാലസാഹിത്യം ഇതായിരിക്കാം.

കഥകളിലടങ്ങിയ നീതിസാരങ്ങളും ധർമതത്വങ്ങളും ബുദ്ധിശൂന്യരായ രാജസന്തതികളെ ബുദ്ധിമാന്മാരും ഭരണപ്രാപ്തിയുള്ളവരുമാക്കി മാറ്റിയിട്ടുണ്ടാകാം എന്ന് അപ്പു സമാധാനിച്ചു.

ജാതകകഥകൾ, കഥാസരിത്സാഗരം, ബൃഹദ്കഥാമഞ്ജരി, വിക്രമാദിത്യൻ കഥകൾ, തെന്നാലിരാമൻ കഥ, വീർബൽ കഥകൾ എന്നിവയും ഭാരതത്തിന്റെ സമ്പന്നമായ ബാലസാഹിത്യമാണ്. ഈ കഥകളെല്ലാം ഓരോതരം വിദ്യാഭ്യാസം നിർവഹിക്കുന്നുണ്ട്.

27

ദാനധർമങ്ങൾ

അപ്പു രാവിലെ നോക്കുമ്പോൾ അപ്പൂപ്പൻ ചാരുകസേരയിലിരുന്ന് ഒരു ഇംഗ്ലീഷ് പുസ്തകം സശ്രദ്ധം വായിക്കുകയാണ്.

കാലിഫോർണിയയിലെ പ്രൊഫസർ സഞ്ജയ് സുബ്രഹ്മണ്യൻ ഇന്ത്യക്കാരുടെ ദാനധർമ പാരമ്പര്യത്തെക്കുറിച്ചെഴുതിയത് അപ്പൂപ്പൻ വായിക്കുകയായിരുന്നു.

ഇന്ത്യാക്കാരുടെ പരമ്പരാഗത ദാനശീലത്തെക്കുറിച്ചാണ് അന്ന് അപ്പൂപ്പൻ കുട്ടികളോട് സംസാരിച്ചത്.

ഇന്ത്യാക്കാരുടെ ദാനശീലം ചരിത്രപ്രസിദ്ധമാണ്. പതിനാറും പതിനേഴും നൂറ്റാണ്ടുകളിൽ ഇന്ത്യ സന്ദർശിച്ച വിദേശ സഞ്ചാരികളെ വളരെയധികം ആകർഷിച്ച ഘടകങ്ങളിലൊന്ന് നമ്മുടെ ദാനശീലമായിരുന്നുവത്രെ.

സമ്പന്നരായ വ്യാപാരികൾ അവരുടെ അവസാനകാലത്ത് തങ്ങളുടെ സമ്പത്ത് മുഴുവൻ ദരിദ്രർക്ക് ദാനംചെയ്യുന്ന പതിവുണ്ടായിരുന്നു.

ഇന്ത്യ സന്ദർശിച്ച ജെസ്യൂട്ട് പാതിരിമാർ ഇന്ത്യൻ കൊട്ടാരങ്ങളിലും ക്ഷേത്രങ്ങളിലും നടത്തപ്പെട്ടിരുന്ന ഭക്ഷണദാനത്തെ വാനോളം പുകഴ്ത്തി. പ്രധാന ക്ഷേത്രങ്ങളിലെല്ലാം ഊട്ടുപുരകളുണ്ടായിരുന്നു.

പക്ഷിമൃഗാദികളോട് കാണിച്ചിരുന്ന സ്നേഹവും സൗമനസ്യവും ശക്തമായ ഒരിന്ത്യൻ പാരമ്പര്യമായിരുന്നു.

മഹാനായ അശോക ചക്രവർത്തിയുടെ കാലത്ത് മൃഗങ്ങൾക്കുപോലും ആശുപത്രികൾ ആരംഭിച്ച കാര്യം കുട്ടികൾ ചരിത്രപുസ്തകങ്ങളിൽ പഠിച്ചിട്ടുണ്ട്.

അഗതികൾക്ക് അന്നദാനം നൽകുക എന്നത് ധനികരും മറ്റും ഒരു കടമയായിട്ടാണ് കണ്ടത്.

വീടുകളിൽ വരുന്ന ഭിക്ഷക്കാർക്ക് വല്ലതും കൊടുക്കുന്നതിനെ ധർമം കൊടുക്കൽ എന്ന് അമ്മ പറയുന്നതിന്റെ പൊരുൾ അപ്പുവിന് മനസിലായി. ബുദ്ധൻപോലും അവസാനകാലത്ത് ഭിക്ഷാടനം ചെയ്താണ് ജീവിച്ചത്.

ഒന്നുമില്ലാത്തവരെ സഹായിക്കുക എന്നുള്ളത് ഒരു സൽക്കർമമായും ധർമമായും കണ്ട പാരമ്പര്യം എത്ര മഹത്തരം.

ഭരണാധികാരികളും നല്ലവരായ ജനങ്ങളും പാതയോരങ്ങളിൽ തണൽവൃക്ഷങ്ങളും ഫലവൃക്ഷങ്ങളും നട്ടുപിടിപ്പിച്ചതും വഴിയോര സത്രങ്ങൾ നിർമിച്ചതും ഈ ധർമശീലത്തിന്റെ ഭാഗം തന്നെയെന്ന് കുട്ടികൾക്ക് തോന്നി.

പ്രകൃതിയുടെ ഏറ്റവും വലിയ ദാനമാണല്ലോ ഫലവൃക്ഷങ്ങൾ. വൃക്ഷങ്ങൾ ഒന്നും പ്രതീക്ഷിക്കാതെ തന്നെ നമുക്ക് മാധുര്യമുള്ള ഫലങ്ങൾ നൽകുന്നു.

യാത്രാസൗകര്യങ്ങളും വാഹനങ്ങളും കുറവായിരുന്ന കാലത്ത് വഴിയാത്രക്കാർക്ക് സൗജന്യമായി മോരുവെള്ളവും ശർക്കര പാനീയവും നൽകുന്ന ഒരു പതിവ് ഈ അടുത്തകാലം വരെ നിലനിന്നിരുന്നു. അപ്പൂപ്പന്റെ ചെറുപ്പകാലത്ത് ഇത്തരം തണ്ണീർപ്പന്തലുകൾ ഉണ്ടായിരുന്നു. വഴിയാത്രയിൽ അവിടെനിന്ന് വെള്ളവും കുടിച്ചിരുന്നു.

മനുഷ്യർക്ക് മാത്രമല്ല കന്നുകാലികൾക്കും വെള്ളം നൽകുവാൻ വഴിയോരങ്ങളിൽ ഏർപ്പാടുണ്ടായിരുന്നു.

ഈ ദാനധർമങ്ങൾക്കെല്ലാം ഉണ്ടായിരുന്ന ഒരു പ്രത്യേകത ധർമം നൽകുന്ന ആൾ ആ വിവരം പ്രസിദ്ധപ്പെടുത്താനിഷ്ടപ്പെട്ടിരുന്നില്ല എന്നതാണ്.

വലംകൈ നൽകുന്നത് ഇടംകൈ അറിയരുതെന്നാണ് പ്രമാണം.

പക്ഷേ ഇന്ന് ചിലരെങ്കിലും ദാനധർമങ്ങൾ ചെയ്യുന്നത് സ്വന്തം മഹിമ മറ്റുള്ളവരെ അറിയിക്കാനാണ്.

ദാനധർമങ്ങളുടെതായ മഹിത പാരമ്പര്യത്തിന് ഇന്ന് മങ്ങലേറ്റിട്ടുണ്ടെന്നുള്ളതാണ് സത്യം.

28

അമ്മൂമ്മയുടെ ഗൃഹവൈദ്യം

വെക്കേഷൻ കാലത്ത് അപ്പൂപ്പനോടും അമ്മൂമ്മയോടുമൊപ്പം കഴിഞ്ഞിരുന്ന കുട്ടികൾക്ക് ഒരസുഖവും ഉണ്ടാകില്ല.

കുട്ടികൾക്കുതന്നെ അത്ഭുതം തോന്നി. നഗരത്തിലായിരുന്നുവെങ്കിൽ ഇതിനകംതന്നെ ഡോക്ടറെക്കാണേണ്ടി വന്നേനെ. ജലദോഷവും പനിയും വന്നാൽ ഉടനെ ഡോക്ടറെക്കാണുകയാണ് പതിവ്.

ഉണ്ണിക്ക് ഒരുദിവസം രാവിലെ എഴുന്നേറ്റപ്പോൾ മൂക്കടപ്പും ജലദോഷവുമുണ്ടായി.

അമ്മൂമ്മ ഉടനെ തന്നെ മുറ്റത്തുനിന്നും അരൂതച്ചെടിയുടെ ഇലകൾ പറിച്ച് നീരെടുത്ത് രണ്ടുതുള്ളി മൂക്കിൽ നസ്യംചെയ്തു. പിന്നീട് കുരുമുളകും തുളസിയിലയുമിട്ട ചുക്കുകാപ്പി ചൂടോടെ നൽകി. കുറച്ചു കഴിഞ്ഞപ്പോഴേക്കും ജലദോഷം പമ്പകടന്നു.

വേലക്കാരിക്ക് പല്ലുവേദന വന്നപ്പോൾ വെള്ളുള്ളി ചതച്ച് ഉപ്പുംചേർത്ത് പല്ലിന്റെ അടിയിൽ വയ്ക്കാൻ അമ്മൂമ്മ നിർദേശിക്കുന്നത് അപ്പുവും കണ്ടിരുന്നു.

അമ്മൂമ്മ ഇതെല്ലാം എവിടെനിന്നാണ് പഠിച്ചത് എന്ന് കുട്ടികൾക്ക് ചോദിക്കാതിരിക്കാൻ കഴിഞ്ഞില്ല.

ചെറുപ്പകാലം മുതലേ കണ്ടുപഠിച്ചതാണ്. പഴയകാലത്ത്

എല്ലാ വീടുകളിലും ഇത്തരം അറിവുകൾ ഉണ്ടായിരുന്നു. വൈദ്യന്മാരും ഡോക്ടർമാരും സുലഭമല്ലാതിരുന്ന കാലമായിരുന്നു അത്. അത്യാസന്ന രോഗികൾ മാത്രമാണ് ആശുപത്രികളിൽ അഭയം തേടുന്നത്.

വൈദ്യശാസ്ത്രം ഏറ്റവും അധികം വളർന്ന രാജ്യങ്ങളിലൊന്നായിരുന്നു നമ്മുടേത്. വേദത്തിന്റെ ഒരു ഭാഗമായി ആരംഭിച്ച ഈ മഹദ് പാരമ്പര്യം പിന്നീട് നിരവധി ആചാര്യന്മാരുടെ സംഭാവനകളോടെ വളർച്ച പ്രാപിച്ചു.

ആരോഗ്യം ആശുപത്രിയിലല്ല വീട്ടിലാണ് അന്വേഷിക്കേണ്ടത് എന്നാണ് അമ്മൂമ്മയുടെ അഭിപ്രായം.

ദൈനംദിന ജീവിതത്തിലെ സാധാരണ രോഗങ്ങൾക്കെല്ലാം ഗൃഹങ്ങളിൽ വെച്ചുതന്നെ പണ്ട് പരിഹാരം കണ്ടിരുന്നു. ഔഷധസസ്യങ്ങളും സുഗന്ധദ്രവ്യങ്ങളുമുപയോഗിച്ചുള്ള ഗൃഹവൈദ്യം വളരെക്കാലം പ്രചാരത്തിലുണ്ടായിരുന്നു.

ഒറ്റമൂലി പ്രയോഗമാണ് നടത്തുക. എന്നുവെച്ചാൽ ഒറ്റമരുന്ന് നൽകുക എന്നാണർഥം. ഈ ഒറ്റമൂലികളും അവയെപ്പറ്റിയുള്ള അറിവുകളും അതിവേഗം നഷ്ടപ്പെട്ടുകൊണ്ടിരിക്കുന്നു. നമ്മുടെ മുറ്റത്തെ തുളസിയും വേപ്പും കുറുന്തോട്ടിയും ആടലോടകവും പിച്ചകവും തെച്ചിയുമെല്ലാം ഔഷധഗുണമുള്ളവയാണ്.

ചെറിയ ഒരു പനിവരുമ്പോൾ തന്നെ ഡോക്ടറെ കാണാൻ പോകുന്നതിനുപകരം കുരുമുളകും തുളസിയിലയുമിട്ട ചുക്ക് കാപ്പിയായിരുന്നു പഴയ ചികിത്സ.

രോഗം ചികിത്സിച്ച് ഭേദമാക്കുന്നതിനെക്കാൾ നല്ലത് വരാതെയിരിക്കുവാൻ നോക്കുക എന്നതാണല്ലൊ പ്രമാണം.

വളർന്നുവരുന്ന കുട്ടികൾക്ക് ശരിയായ ഭക്ഷണം, വ്യായാമസ്വഭാവങ്ങളും ക്രമീകൃത ജീവിതചര്യകളുമാണ് ആരോഗ്യകരം എന്നും അമ്മൂമ്മ പറഞ്ഞു.

ഗൃഹവൈദ്യത്തോടൊപ്പം പഴയകാലത്ത് മർമ ചികിത്സയും കളരി ചികിത്സയും പ്രചാരത്തിലുണ്ടായിരുന്നു. അടി, ഇടി, വീഴ്ച, ഉളുക്ക് എന്നിവയ്ക്ക് മർമ ചികിത്സപോലെ ഫലപ്രദമായ മറ്റൊന്നുമില്ല. കേരളത്തിന്റെ തെക്കൻ ഭാഗങ്ങളിലും മറ്റും ഇപ്പോഴും മർമ ചികിത്സകർ ഉണ്ട്.

കളരികളോടനുബന്ധിച്ച് ആയോധകർക്ക് ഫലപ്രദമായ ചികിത്സ കളരികളിൽനിന്നും ലഭിച്ചിരുന്നു. പ്രത്യേക എണ്ണകളും

കളരി ചികിത്സയ്ക്ക് ഉപയോഗിച്ചിരുന്നു.

വൈദേശിക ഭരണമാണ് നമ്മുടെ പരമ്പരാഗത ചികിത്സാരീതിക്കു പകരം ആധുനിക വൈദ്യശാസ്ത്രം രാജ്യത്ത് നടപ്പിലാക്കിയത്. പഴയതെല്ലാം പുച്ഛത്തോടെയും അവഗണനയോടെയും പരിഗണിക്കപ്പെട്ടു.

പക്ഷേ ഇന്ന്, പഴയകാലത്ത് ഗൃഹവൈദ്യത്തിലുപയോഗിച്ചിരുന്ന മഞ്ഞൾ, വേപ്പ്, നവരനെല്ല്, തുളസി, തുമ്പ എന്നിവയുടെ ഔഷധഗുണങ്ങളെക്കുറിച്ച് വിദേശ ശാസ്ത്രജ്ഞന്മാർപോലും പഠനങ്ങൾ നടത്തി അംഗീകാരം നൽകിയിട്ടുണ്ട്.

നാം ജീവിക്കുന്ന ചുറ്റുപാടുകളിൽ തന്നെ ലഭ്യമാകുന്നതും പുരാതന കാലംമുതൽ പ്രചാരത്തിലിരിക്കുന്നതുമായ ഒറ്റമൂലികളും വീട്ടുമരുന്നുകളും പ്രയോജനപ്രദമാണെന്ന ചിന്ത ഇന്ന് വീണ്ടുമുണ്ടായി വരുന്നുവെന്നുള്ളത് സന്തോഷപ്രദമാണ്.

“ദശമാതാ ഹരിതകി” എന്ന് അപ്പൂപ്പൻ പറയാറുള്ളതിന്റെ അർഥം ഇപ്പോഴാണ് അപ്പുവിന് മനസിലായത്. ഹരിതകി എന്ന ഔഷധം പത്ത് മാതാവിന് തുല്യം എന്നാണ് പറയാറുള്ളത്.

ഒറ്റമൂലികളും ഗൃഹവൈദ്യവുംകൊണ്ട് എല്ലാ രോഗങ്ങളും മാറും എന്ന് കരുതരുത്. ചില രോഗങ്ങൾക്ക് ആധുനിക വൈദ്യത്തിന്റെ പരിചരണം തന്നെ വേണം.

വെക്കേഷൻ തീർന്ന് നഗരത്തിലേക്ക് തിരിച്ചുപോകാൻ തയാറെടുക്കുന്ന കുട്ടികൾക്ക് അപ്പോൾ മനസിൽ ഒറ്റ പ്രാർഥനയേയുണ്ടായിരുന്നുള്ളൂ.

അടുത്ത വെക്കേഷനിൽ നാട്ടിൽ വരുമ്പോഴും അപ്പൂപ്പനും അമ്മൂമ്മയും നല്ല ആരോഗ്യസ്ഥിതിയിൽ തന്നെ ഉണ്ടായിരിക്കണേ എന്നതായിരുന്നു അവർ പ്രാർഥിച്ചത്.